Hilaw na hamon Palouse Libro ng recipe

100 Masarap na Recipe na Itinatampok ang Pinakamasasarap na Italian Ham

Adrian Guerrero

Copyright Material ©2023

Lahat ng Karapatan ay Nakalaan

Walang bahagi ng aklat na ito ang maaaring gamitin o ipadala sa anumang anyo o sa anumang paraan nang walang wastong nakasulat na pahintulot ng publisher at may-ari ng copyright, maliban sa mga maikling sipi na ginamit sa isang pagsusuri. Ang aklat na ito ay hindi dapat ituring na kapalit ng medikal, legal, o iba pang propesyonal na payo.

TALAAN NG MGA NILALAMAN

TALAAN NG MGA NILALAMAN — 3
PANIMULA — 7
BREAKFAST — 8
- 1. Mga Mini Frittata Muffin na Binalot ng Prosciutto — 9
- 2. Mga Itlog na Binalot ng Kale — 11
- 3. Zucchini, prosciutto at parmesan — 13
- 4. Kagat ng Spinach Egg — 16
- 5. Prosciutto And Eggs Open Sandwich — 18
- 6. Mga Baked Prosciutto Egg Cups — 20

MGA APETIZER AT KAgat — 22
- 7. Scallop at Prosciutto Bites — 23
- 8. Mga Balot na Mozzarella Ball ng Prosciutto — 25
- 9. Nakabalot na Plum — 27
- 10. Pasta pinwheel roll na may creamy tomato sauce — 29
- 11. Masarap na prosciutto pinwheels — 32
- 12. Walnut, Fig, at Prosciutto Crostini — 34
- 13. Salami at Brie Crostini — 36
- 14. Proscuitto at Mozarella Bruschetta — 38
- 15. Minty Shrimp Bites — 40
- 16. Pear, Radish Microgreen at Prosciutto Bite — 42
- 17. Muffin prosciutto cup — 44
- 18. Avocado prosciutto balls — 46
- 19. Prosciutto chips — 48
- 20. Low-carb Lettuce Wrap Sandwich — 50
- 21. Prosciutto-wrapped zucchini bites — 52
- 22. Ham at Peach Sushi Bowl — 54

23. Parma Ham-Wrapped Asparagus	56
24. Antipasto platter na may prosciutto at melon	58
25. Inihaw na chanterelles at prosciutto-wrapped figs	60

SANDWICH AT BURGER   62

26. Sourdough, Provolone, Pesto	63
27. Seattle Chicken Sandwich	65
28. Prosciutto at Taleggio na may Fig sa Mesclun	67
29. Strawberry Basil Prosciutto Grilled Cheese	70
30. Mozzarella, Prosciutto at Fig Jam	72
31. Bocadillo mula sa Isla ng Ibiza	74
32. Tomato at Mahon Cheese sa Olive Bread	76
33. Mga Cubano	78
34. Fig at prosciutto sandwich	80

MAINS   82

35. Prutas ng kiwi at Hipon	83
36. Mga Cutlet ng Prosciutto at Pesto	85
37. Balsamic glazed na manok	87
38. Basil Chicken	90
39. Quail Over Vegetable and Ham Strips	92
40. Chicken at Prosciutto na may Brussels sprouts	94
41. Masarap na Meaty Meatloaf	96
42. Duck breast prosciutto	98
43. Dibdib ng manok na may prosciutto at sage	100
44. Mga paillard ng manok na may prosciutto at igos	102
45. Basil at Prosciutto-Wrapped Halibut	104
46. Herbed goat cheese at prosciutto shrimp	106
47. Ginisang solong may chard at prosciutto	108

PASTA   110

48. Lasagne ng ligaw at kakaibang mushroom	111

49. Basil at Prosciutto-Wrapped Halibut	114
50. Chicken Alfredo Lasagna	116
51. Penne na may Vodka Sauce	118
52. Lemon basil pasta na may brussels sprouts	120
53. Fettuccine al prosciutto	123
54. Fettucine pine nuts prosciutto at sun dried tomatoes	125
55. Fettuccine na may prosciutto at asparagus	127
56. Fusilli na may prosciutto at mga gisantes	129
57. Fusilli na may shiitake, broccoli rabe at prosciutto sauce	131
58. Pappardelle na may prosciutto at mga gisantes	134
59. Pasta na may basil at prosciutto	136
60. Pasta roll na pinalamanan ng prosciutto	138
61. Party pasta na may prosciutto	141
62. Tortellini na may mga gisantes at prosciutto	143

SALADS AT GILID — 145

63. Melon Prosciutto Salad	146
64. Arugula Salad at Oyster Mushroom	148
65. Fig, ham, at nectarine salad sa wine syrup	150
66. Roasted Green Beans na may prosciutto	152
67. Asparagus na Binalot ng Prosciutto	154
68. Antipasto Salad	156
69. Antipasto snack box para sa dalawa	158
70. Fig at Prosciutto Salad	160
71. Grapefruit, Avocado, at Prosciutto Breakfast Salad	162
72. Roasted Sweet Potato at Prosciutto Salad	164
73. Grilled beef prosciutto salad	166
74. Artichoke na puso at prosciutto	169
75. Fennel na may mushroom at prosciutto	171
76. Mangga at prosciutto	174

77. Boconcini na may inihaw na zucchini salad at prosciutto	176

PIZZA — 178

78. Proscuitto at arugula pizza	179
79. Four Seasons Pizza/Quattro Stagioni	181
80. New Orleans Style Pizza	183
81. Artichoke at Prosciutto Pita Pizza	185
a) Prosciutto at Arugula Pizza	187
82. Mag-ani ng butternut squash at apple pizza	189
83. Micro Leaves Pesto at Arugula Pizza	192
84. Herb-grilled pizza na may prosciutto	194
85. Fig-and-prosciutto pizza	196
86. Tuna pizza na may caponata at prosciutto	198
87. Prosciutto-tomato pizza	200

DESSERT — 202

88. Buttery croissant strata na may prosciutto	203
89. Balsamic peach at brie tart	206
64. Carnivore Cake	208
95. Sibuyas at prosciutto tart	210
96. Prosciutto olive tomato bread	212
97. Prosciutto-orange na popovers	214
98. Candied Prosciutto	216
99. Mozzarella at prosciutto potato cake	218
100. Green Pea Panna Cotta With Prosciutto	220

KONGKLUSYON — 223

PANIMULA

100 Masarap na Recipe para sa Hilaw na hamon Palouse Libro ng recipe Paglalarawan: Ang Hilaw na hamon Palouse Libro ng recipeay ang iyong sukdulang gabay sa paglikha ng mga katakam-takam na pagkain na may ganitong minamahal na Italian cured ham. Mula sa klasikong antipasti hanggang sa malalasang pasta, masaganang sopas, at decadent na dessert, ang cookbook na ito ay nagtatampok ng 100 madaling sundin na mga recipe na nagpapakita ng mayaman, maalat, at bahagyang matamis na lasa ng prosciutto.

Mahilig ka man sa prosciutto o baguhan sa masarap na sangkap na ito, ang cookbook na ito ay may para sa lahat. Matutunan kung paano gumawa ng lutong bahay na prosciutto, o itaas ang iyong laro sa pagluluto gamit ang mga malikhaing recipe tulad ng prosciutto-wrapped asparagus, fig at prosciutto pizza, o prosciutto at goat cheese-stuffed chicken breast.

Ang bawat recipe ay may kasamang mga detalyadong tagubilin, isang listahan ng mga sangkap, at isang full-color na litrato, upang makita mo nang eksakto kung ano ang hitsura ng iyong ulam. Makakahanap ka rin ng mga kapaki-pakinabang na tip sa pagpili ng pinakamahusay na prosciutto, pag-iimbak nito, at pagpapares nito sa iba pang mga sangkap upang lumikha ng perpektong profile ng lasa.

Kaya bakit maghintay? Kumuha ng kopya ng Hilaw na hamon Palouse Libro ng recipe at simulang tuklasin ang masarap na mundo ng Italian cuisine ngayon!.

BREAKFAST

1. <u>**Mga Mini Frittata Muffin na Binalot ng Prosciutto**</u>

MGA INGREDIENTS:
- 4 na kutsarang taba
- ½ katamtamang sibuyas, pinong tinadtad
- 3 cloves ng bawang, tinadtad
- ½ libra ng cremini mushroom, hiniwa nang manipis
- ½ pound frozen spinach, lasaw at pinisil tuyo
- 8 malalaking itlog
- ¼ tasang gata ng niyog
- 2 kutsarang harina ng niyog
- 1 tasa ng cherry tomatoes, hatiin
- 5 onsa ng Prosciutto di Parma
- Kosher na asin
- Bagong giniling na paminta
- Isang regular na 12 tasang muffin tin

MGA TAGUBILIN:
a) Painitin muna ang oven sa 375°F.
b) Init ang kalahati ng langis ng niyog sa katamtamang init sa isang malaking cast-iron skillet at igisa ang mga sibuyas hanggang malambot at translucently
c) Idagdag ang bawang at mushroom at lutuin ang mga ito hanggang sa sumingaw ang kahalumigmigan ng kabute. Pagkatapos, timplahan ng asin at paminta ang pagpuno at sandok ito sa isang plato upang lumamig sa temperatura ng silid
d) Para sa batter, Talunin ang mga itlog sa isang malaking mangkok na may gata ng niyog, harina ng niyog, asin, at paminta hanggang sa maihalo. Pagkatapos, idagdag ang mga ginisang mushroom at spinach at hinalo upang pagsamahin.
e) I-brush ang natitira sa natunaw na langis ng niyog sa muffin tin at nilagyan ng prosciutto ang bawat tasa, na nag-iingat upang ganap na takpan ang ilalim at gilid.
f) Ilagay ang mga muffin sa oven sa loob ng mga 20 minuto

2. **Mga Itlog na Binalot ng Kale**

MGA INGREDIENTS:
- Tatlong kutsarang mabigat na cream
- Apat na hardboiled na itlog
- ¼ kutsarita ng paminta
- Apat na dahon ng kale
- Apat na hiwa ng prosciutto
- ¼ kutsarita ng asin
- 1 ½ tasang tubig

1. Balatan ang mga itlog at balutin ang bawat isa ng kale. I-wrap ang mga ito sa mga hiwa ng prosciutto at budburan ng ground black pepper at asin.
2. Ayusin ang Instant Pot sa isang tuyong plataporma sa iyong kusina. Buksan ang tuktok na takip nito at i-on ito.
3. Sa kaldero, ibuhos ang tubig. Ayusin ang isang trivet o steamer basket sa loob na may kasamang Instant Pot. Ngayon ilagay/ayusin ang mga itlog sa ibabaw ng trivet/basket.
4. Isara ang takip upang lumikha ng naka-lock na silid; siguraduhin na ang safety valve ay nasa locking position.
5. Hanapin at pindutin ang "MANUAL" cooking function; timer sa 5 minuto na may default na "HIGH" pressure mode.
6. Hayaang mabuo ang pressure upang maluto ang mga sangkap.
7. Pagkatapos ng oras ng pagluluto pindutin ang "CANCEL" na setting. Hanapin at pindutin ang "QPR" cooking function. Ang setting na ito ay para sa mabilis na paglabas ng pressure sa loob.
8. Dahan-dahang buksan ang takip, ilabas ang nilutong recipe sa serving plates o serving bowls, at tamasahin ang keto recipe.

3. Zucchini, prosciutto at parmesan

Gumagawa: 12

MGA INGREDIENTS:
- 1 maliit na sibuyas, pinong gadgad
- 1 zucchini, gadgad
- 3 tasang plain flour
- 3 kutsarita ng baking powder
- 1 kutsarita ng asin sa dagat
- ½ tasang gadgad na parmesan
- 4 na itlog
- 2½ tasa ng gatas
- 200g unsalted butter, natunaw at pinalamig

Matamis na sarsa ng kamatis
- 1 kutsarang langis ng oliba
- 1 maliit na sibuyas na tinadtad
- 1 maliit na pulang sili, tinadtad
- 2 kutsarang tomato paste
- 420g lata ng tinadtad na kamatis
- 1 kutsarang brown sugar
- Ihain kasama ng prosciutto, tomato sauce at cherry tomatoes

MGA TAGUBILIN:
a) Upang gawin ang sarsa, mag-init ng mantika sa medium pan sa medium high heat. Magdagdag ng sibuyas at sili at lutuin ng 2–3 minuto o hanggang lumambot. Magdagdag ng tomato paste at magluto ng karagdagang 1 minuto.
b) Haluin ang mga de-latang kamatis, brown sugar at 1 tasang tubig. Dalhin sa pigsa, bawasan ang init sa mababang at kumulo para sa 15 minuto o hanggang sa makapal; Manatiling mainit.
c) Upang gawin ang mga waffle, ilagay ang sibuyas, zucchini, harina, baking powder, asin at parmesan sa isang malaking mangkok ng paghahalo; haluing mabuti.
d) Paghaluin ang mga itlog, gatas, mantikilya sa isang malaking pitsel at tiklupin ang zucchini at pinaghalong harina.
e) Piliin ang CLASSIC na setting ng waffle at i-dial ang numero 6 sa browning control dial.

f) Painitin muna hanggang sa umilaw ang orange na ilaw at mawala ang mga salitang HEATING.

g) Gamit ang waffle dosing cup, ibuhos ang ½ tasa ng batter sa bawat waffle square. Isara ang takip at lutuin hanggang matapos ang timer at tumunog ang handa na beep ng 3 beses. Ulitin sa natitirang batter.

h) Ihain ang maiinit na waffle na nilagyan ng tomato sauce, prosciutto at sariwang cherry tomatoes.

4. Kagat ng Spinach Egg

MGA INGREDIENTS:
- Itlog - 4
- Parmesan cheese, gadgad - 3/4 tasa
- Malakas na whipping cream - 1/4 tasa
- Spinach, tinadtad - 1/4 tasa
- Prosciutto, tinadtad - 1/2 onsa
- Ground black pepper - 1/2 kutsarita
- Asin - 1/8 kutsarita
- Tubig - 1 ½ tasa

a) Kumuha ng isang egg bite mold tray na may pitong tasa at punan ang mga tasa ng pantay na prosciutto at spinach.
b) Hatiin ang mga itlog sa isang mangkok, magdagdag ng mga natitirang sangkap maliban sa tubig at pukawin hanggang makinis.
c) Buksan ang instant pot, ibuhos ang tubig at ilagay ang trivet stand dito.
d) Ibuhos ang pinaghalong itlog nang pantay-pantay sa spinach at prosciutto, 4 na kutsara bawat tasa o higit pa hanggang sa mapuno ang 3/4, at pagkatapos ay takpan ang kawali ng aluminum foil.
e) Ilagay ang kawali sa trivet stand, isara ang instant pot na may takip sa selyadong posisyon, pagkatapos ay pindutin ang 'manual' na buton, pindutin ang '+/-' upang itakda ang oras ng pagluluto sa 10 minuto at magluto sa high-pressure setting; kapag ang presyon ay nabuo sa kaldero, magsisimula ang timer ng pagluluto. Kapag tumunog ang instant pot, pindutin ang button na 'keep warm', natural na bitawan ang pressure sa loob ng 10 minuto, pagkatapos ay gumawa ng mabilis na paglabas ng pressure at buksan ang takip.
f) Ilabas ang tray, alisan ng takip at ibaliktad ang kawali sa isang plato upang makuha ang mga kagat ng itlog.
g) Ihain kaagad.

5. **Prosciutto And Eggs Open Sandwich**

Gumagawa: 4

MGA INGREDIENTS:
- 8 hiwa ng mga kamatis ng Roma
- 4 na hiwa ng makapal na crusty bread
- 4 na itlog
- 1/2 tasa ng arugula
- 4 na hiwa ng Prosciutto di Parma
- Extra virgin olive oil, kung kinakailangan
- Bitak na paminta at asin sa dagat, sa panlasa

MGA TAGUBILIN:
a) Painitin muna ang oven sa 400°F.
b) Ilagay ang mga kamatis sa maliit na baking sheet at igisa hanggang malambot lang, 10 minuto.
c) Bawasan ang temperatura ng oven sa 350°F. Ayusin ang tinapay sa isa pang baking sheet; magsipilyo ng 1 kutsarang mantika at budburan ng asin at paminta ayon sa panlasa. Ilagay sa oven at i-toast hanggang sa ginintuang lamang, mga 5 minuto.
d) Samantala, mag-init ng 2 kutsarang mantika sa isang malaking kawali at magprito ng mga itlog na sunny side up, o kung gusto mo.
e) Upang tipunin ang sandwich, maglagay ng slice ng toast sa bawat isa sa 4 na plato. Itaas ang bawat isa ng 1/4 ng arugula, 2 hiwa ng kamatis, isang pritong itlog at isang hiwa ng prosciutto. Tapusin sa basag na paminta at sea salt sa panlasa.

6. Mga Baked Prosciutto Egg Cup

Gumagawa: 12

MGA INGREDIENTS:
- 1 kutsarang langis ng oliba
- 12 hiwa ng prosciutto
- 12 malalaking itlog
- 2 tasang baby spinach
- asin at paminta

MGA TAGUBILIN:
a) Painitin ang hurno sa 400 degrees.
b) Magpahid ng olive oil sa bawat compartment ng muffin tin. Maglagay ng isang slice ng prosciutto sa loob ng bawat compartment, pindutin upang matiyak na ang mga gilid at ibaba ay ganap na may linya (maaaring kailanganin mong punitin ang prosciutto sa ilang piraso upang mas madaling makakuha ng hugis ng tasa).
c) Maglagay ng 2-3 dahon ng baby spinach sa loob ng bawat tasa at itaas ng isang itlog. Budburan ng asin at paminta ayon sa panlasa.
d) Maghurno ng 12 minuto para sa pula ng itlog na bahagyang madulas, o hanggang 15 minuto para sa mas matigas na pula ng itlog.

MGA APETIZER AT KAgat

7. **Scallop at Prosciutto Bites**

Gumagawa: 8

MGA INGREDIENTS:
- ½ tasa ng pinong hiniwang prosciutto
- 3 kutsarang cream cheese
- 1 libra scallops
- 3 kutsarang langis ng oliba
- 3 tinadtad na sibuyas ng bawang
- 3 kutsarang Parmesan cheese
- Asin at paminta sa panlasa - mag-ingat, dahil ang prosciutto ay magiging maalat

MGA TAGUBILIN:
a) Maglagay ng maliit na patong ng cream cheese sa bawat hiwa ng prosciutto.
b) Susunod, balutin ang isang slice ng prosciutto sa paligid ng bawat scallop at i-secure gamit ang isang toothpick.
c) Sa isang kawali, init ang langis ng oliba.
d) Magluto ng bawang sa loob ng 2 minuto sa isang kawali.
e) Idagdag ang mga scallop na nakabalot sa foil at lutuin ng 2 minuto sa bawat panig.
f) Ikalat ang Parmesan cheese sa ibabaw.
g) Magdagdag ng asin at paminta sa panlasa kung ninanais.
h) Pigain ang labis na likido gamit ang isang tuwalya ng papel.

8. Mga Balot na Mozzarella Ball ng Prosciutto

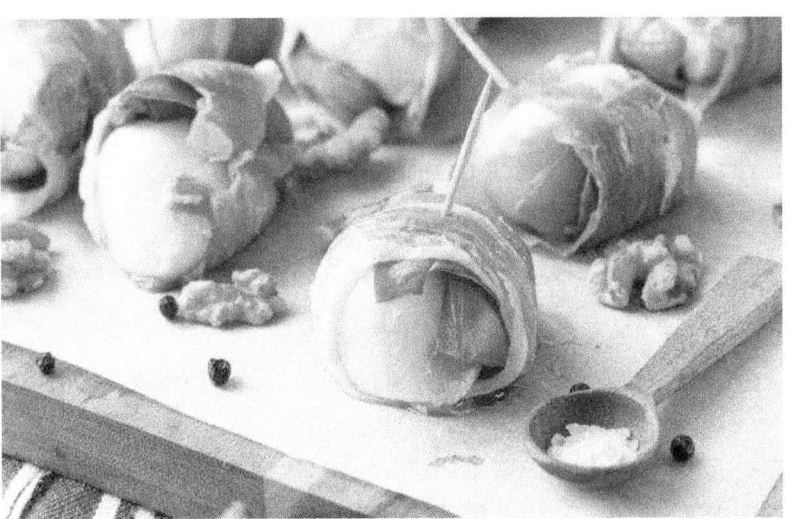

Gumagawa: 4

MGA INGREDIENTS:
- 8 bola ng Mozzarella, laki ng cherry
- 4 ounces bacon, hiniwa
- ¼ kutsarita ng ground black pepper
- ¾ kutsarita ng pinatuyong rosemary
- 1 kutsarita mantikilya (⅛ malusog na taba)

MGA TAGUBILIN:
a) Budburan ang hiniwang bacon na may ground black pepper at tuyo na rosemary.
b) I-wrap ang bawat bola ng Mozzarella sa hiniwang bacon at i-secure ang mga ito gamit ang mga toothpick.
c) Matunaw ang mantikilya.
d) I-brush ang mga balot na bola ng Mozzarella na may mantikilya.
e) Ihanay ang baking tray sa pergamino at ayusin ang mga bola ng Mozzarella dito.
f) Ihurno ang pagkain sa loob ng 10 minuto sa 365F.

9. **Mga nakabalot na Plum**

Gumagawa: 8

MGA INGREDIENTS:
- 2 ounces prosciutto, gupitin sa 16 piraso (2 lean)
- 4 na plum, quartered (1 lean)
- 1 kutsarang chives, tinadtad (1/4 green)
- Isang kurot ng red pepper flakes, dinurog (1/4 condiment)

MGA TAGUBILIN:
a) I-wrap ang bawat plum quarter sa isang prosciutto slice, ayusin ang lahat sa isang platter, iwisik ang mga chives at pepper flakes sa lahat at ihain.

10. Pasta pinwheel roll na may creamy tomato sauce

Gumagawa: 8 Servings

MGA INGREDIENTS:
- 2 Pasta; sariwa 9 x 12
- 6 ounces Prosciuttos; manipis na hiwa
- 1 libra Spinach; dahon lang, singaw
- 4 ounces Ricotta cheese
- 2 ounces Mozzarella cheese
- 4 na kutsarang Reggiano parmesan cheese
- asin
- Paminta
- Nutmeg
- Creamy tomato sauce
- 35 ounces Plum tomato; pinatuyo
- 3 kutsarang Matamis na mantikilya
- 2 Med sibuyas; pinong tinadtad
- 1 tasa ng tuyong puting alak
- 2 tasang stock ng manok
- 1 tasa ng mabigat na cream

MGA TAGUBILIN:
a) Pakuluan ang isang malaking palayok ng tubig na inasnan. Ilagay ang pasta at lutuin ng halos 2 minuto.
b) Alisin ang mga sheet mula sa tubig at banlawan off--hawakan nang maingat--pagkatapos ay ilagay sa mga sheet ng plastic wrap. Blot ang tuktok ng sheet na may papel na tuwalya at takpan ang pasta na may prosciuttos sa 1 layer.
c) Ikalat ang pinaghalong spinach/cheese sa ibabaw ng prosciuttos at i-roll up gamit ang 6" na gilid.
d) Gamitin ang plastic wrap upang tulungan kang igulong ito nang mahigpit at pagkatapos ay balutin ang roll sa plastic wrap at palamigin hanggang handa ka nang gamitin.
SAUCE:
e) Matunaw ang mantikilya sa malaking kawali at igisa ang mga sibuyas hanggang sa magsimula silang maging kayumanggi.

f) Magdagdag ng alak sa kawali, pakuluan ang timpla at bawasan ang likido sa humigit-kumulang ¼ tasa.
g) Magdagdag ng stock ng manok at ibalik ang timpla sa isang pigsa.
h) Bawasan ang halo na ito hanggang sa magkaroon ng humigit-kumulang ½ tasa. Pisilin ang pinatuyo na mga kamatis sa pamamagitan ng iyong mga daliri upang masira ang mga ito at idagdag ang mga ito sa pinababang mga likido sa kawali, pakuluan at bawasan sa mahinang apoy at kumulo ng mga 30 minuto, panoorin nang mabuti at madalas na pagpapakilos.
i) Magdagdag ng mabigat na cream, ipagpatuloy ang pagluluto nang dahan-dahan sa loob ng 10 minuto.
j) Tikman, ayusin ang pampalasa na may asin at paminta.

ASSEMBLY:
k) Alisin ang mga pasta roll mula sa plastic wrap at ilagay sa kawali na may sarsa.
l) Kapag pinainit na, putulin ang bawat dulo ng roll para maging pantay ito.
m) Pagkatapos ay gupitin ang roll sa 3 pantay na piraso.
n) Upang ihain, ilagay ang pool ng sauce sa ilalim ng plato at maglagay ng 2 o 3 pcs ng pasta roll sa bawat plato, na nakataas ang pinwheel.

o) Budburan ng gadgad na keso kung gusto mo at mag-enjoy.

11. Masarap na prosciutto pinwheels

Gumagawa: 24 servings

MGA INGREDIENTS:
- 2 kutsarita Frozen puff pastry
- ½ libra Pinong hiniwang prosciutto; hinati
- 3 ounces Bagong gadgad na Parmesan cheese; hinati
- 1 Jar Sweet-hot mustard - (4 oz); hinati
- 1 Itlog; binugbog ng
- 2 kutsarang Tubig

MGA TAGUBILIN:
a) I-thaw ang puff pastry sa temperatura ng silid sa loob ng 20 hanggang 30 minuto. Banayad na flour board at igulong ang isang sheet ng pastry sa mga 12 by 15 inches. Ikalat ang pastry sheet na may kalahati ng mustasa. Itaas na may kalahati ng prosciutto, nakaayos sa iisang layer. Budburan ang prosciutto ng kalahati ng Parmesan cheese. Pindutin ang keso gamit ang iyong mga daliri o isang spatula. Pagulungin ang pastry sa isang spiral.

b) I-brush ang mga gilid ng kaunting tubig at pindutin upang mai-seal. Gamit ang isang serrated na kutsilyo, hiwain ang roll sa isang pulgadang pinwheel. Ayusin ang mga pinwheel sa isang baking sheet at i-compress ang mga ito gamit ang ilalim ng baso o sa likod ng spatula.

c) Ulitin para sa pangalawang sheet ng puff pastry, pagkatapos ay palamigin ang mga pinwheel sa loob ng 15 minuto. Brush pinwheels na may egg wash at maghurno sa isang preheated 400 degree oven para sa sampung minuto. Lumiko at maghurno ng isa pang lima hanggang sampung minuto o hanggang sa ginintuang kayumanggi.

12. Walnut, Fig, at Prosciutto Crostini

Ginagawa ang tungkol sa: 12

MGA INGREDIENTS:
- 1 tinapay ng ciabatta bread, hiniwang ½ pulgada ang kapal
- Extra virgin olive oil
- 12 hiwa ng prosciutto
- ¼ tasa toasted walnuts, tinadtad
- Extra virgin olive oil
- 6 hinog na igos, napunit sa kalahati
- 1 bungkos ng sariwang perehil
- 1 sibuyas ng bawang, hiniwa
- Bagong giniling na itim na paminta
- 6 na kutsarang Balsamic vinegar

MGA TAGUBILIN:
a) Painitin muna ang grill pan at ihaw ang iyong mga hiwa ng ciabatta.
b) Dahan-dahang kuskusin ang hiniwang bahagi ng bawang sa ciabatta.
c) Pahiran ng extra virgin olive oil.
d) Maglagay ng isang piraso ng prosciutto at kalahating fig sa ibabaw ng bawat isa sa iyong mainit na crostini.
e) Itaas ang parsley at walnuts, at lagyan ng dagdag na virgin olive oil.
f) Magdagdag ng isang dash ng balsamic vinegar, at timplahan ng sariwang giniling na itim na paminta bago ihain.

13. Salami at Brie Crostini

Gumagawa: 4 hanggang 6 na servings

MGA INGREDIENTS:
- 1 French baguette, hiniwa sa 4-6 na makapal na piraso
- 8-onsa na bilog ng Brie cheese, hiniwa nang manipis
- 4-onsa na pakete ng Prosciutto
- ½ tasang Cranberry Sauce
- ¼ tasa ng langis ng oliba
- Sariwang Mint

BALSAMIC GLAZE:
- 2 kutsarang brown sugar
- ¼ tasa ng Balsamic Vinegar

MGA TAGUBILIN:
BALSAMIC GLAZE:
a) Sa isang kasirola sa mababang init, magdagdag ng brown sugar at isang tasa ng balsamic vinegar.
b) Pakuluan hanggang lumapot ang suka.
c) Alisin ang glaze sa init at hayaan itong lumamig. Papalapot ito habang lumalamig.

PARA MAGTITIPON:
d) Banayad na i-brush ang baguette na may langis ng oliba at i-toast sa oven sa loob ng 8 minuto.
e) Ikalat ang brie sa tinapay.
f) Magdagdag ng isang liberal na kutsarita ng cranberry sauce at prosciutto sa itaas.
g) Itaas na may bahagyang ambon ng balsamic glaze na sinusundan ng mga dahon ng mint.
h) Ihain kaagad.

14. Proscuitto at Mozarella Bruschetta

Gumagawa: 3 Servings

MGA INGREDIENTS:
- ½ tasa ng pinong tinadtad na kamatis
- 3 oz tinadtad na mozzarella
- 3 hiwa ng prosciutto, tinadtad
- 1 kutsarang langis ng oliba
- 1 tsp tuyo na basil
- 6 maliit na hiwa ng French bread

MGA TAGUBILIN:
a) Painitin muna ang air fryer sa 350 degrees F. Ilagay ang mga hiwa ng tinapay at i-toast sa loob ng 3 minuto. Itaas ang tinapay na may mga kamatis, prosciutto, at mozzarella. Iwiwisik ang basil sa mozzarella. Ibuhos ang langis ng oliba.

b) Bumalik sa air fryer at lutuin ng 1 minuto pa, sapat na para matunaw at mainit.

15. **Minty Shrimp Bites**

Gumagawa: 16

MGA INGREDIENTS:
- 2 kutsarang langis ng oliba
- 10 ounces hipon, luto
- 1 kutsara ng mint, tinadtad
- 2 kutsarang erythritol
- ⅓ tasa ng mga blackberry, giniling
- 2 kutsarita ng curry powder
- 11 hiwa ng prosciutto
- ⅓ tasang stock ng gulay

MGA TAGUBILIN:
a) Magpahid ng mantika sa bawat hipon pagkatapos itong balutin ng mga hiwa ng prosciutto.
b) Sa iyong instant pot, pagsamahin ang mga blackberry, curry, mint, stock, at erythritol, haluin, at lutuin ng 2 minuto sa mahinang apoy.
c) Idagdag ang steamer basket at balot na hipon sa kaldero, takpan, at lutuin ng 2 minuto sa taas.
d) Ilagay ang nakabalot na hipon sa isang plato at lagyan ng mint sauce bago ihain.

16. Pear, Radish Microgreen, at Prosciutto Bite

Gumagawa: 18 kagat

MGA INGREDIENTS:
- 8 onsa ng malambot na keso ng kambing
- 6 ounces prosciutto, gupitin sa mga piraso
- 2-onsa na pakete ng radish microgreens
- ¼ tasa ng sariwang kinatas na lemon juice
- 2 peras, hiniwa

MGA TAGUBILIN:
a) Ibuhos ang lemon juice sa bawat hiwa ng peras.
b) Sa isang kalahati ng hiwa ng peras, ikalat ang ¼ kutsarita ng malambot na keso ng kambing, pagkatapos ay ihalo ang mga sangkap sa isa pang kalahati.
c) Ikalat ang isa pang ¼ kutsarita ng malambot na keso ng kambing sa ibabaw ng tuktok na hiwa ng peras, na sinusundan ng isang nakatiklop na strip ng prosciutto at isang patak ng malambot na keso ng kambing, pagkatapos ay ang radish microgreens.
d) Ipunin ang natitirang mga hiwa ng peras at ihain na may higit pang mga labanos na microgreens sa itaas.

17. **Muffin prosciutto cup**

MGA INGREDIENTS:
- 1 slice prosciutto (mga 1/2 onsa)
- 1 katamtamang pula ng itlog
- 3 kutsarang diced Brie
- 2 kutsarang diced mozzarella cheese
- 3 kutsarang gadgad na Parmesan cheese

MGA TAGUBILIN:

a) Painitin ang oven sa 350°F. Kumuha ng muffin lata na may mga balon mga 2 1/2" malawak at 1 1/2" malalim.

b) Tiklupin sa kalahati ang prosciutto slice para maging halos parisukat. Ilagay ito sa muffin tin na maigi upang mapantayan ito nang buo.

c) Ilagay ang pula ng itlog sa prosciutto cup.

d) Dahan-dahang magdagdag ng mga keso sa ibabaw ng pula ng itlog nang hindi ito masira.

e) Maghurno ng humigit-kumulang 12 minuto hanggang sa maluto at mainit ang pula ng itlog ngunit matunaw pa rin.

f) Hayaang lumamig ng 10 minuto bago alisin sa muffin tin.

18. Mga bola ng prosciutto ng avocado

MGA INGREDIENTS:
- 1/2 tasa ng macadamia nuts
- 1/2 malaking avocado, binalatan at iniwang (mga 4 ounces pulp)
- 1 onsa na nilutong prosciutto, gumuho
- 1/4 kutsarita ng itim na paminta

MGA TAGUBILIN:
a) Sa isang maliit na food processor, pulso ang macadamia nuts hanggang sa pantay na gumuho. Hatiin sa kalahati.

b) Sa isang maliit na mangkok, pagsamahin ang avocado, kalahati ng macadamia nuts, prosciutto crumbles, at paminta at ihalo nang mabuti sa isang tinidor.

c) Bumuo ng timpla sa 6 na bola.

d) Ilagay ang natitirang mga crumbled macadamia nuts sa isang medium plate at igulong ang mga indibidwal na bola upang malagyan ng pantay.

e) Ihain kaagad.

19. Prosciutto chips

MGA INGREDIENTS
- 12 (1-onsa) na hiwa ng prosciutto
- Langis

MGA TAGUBILIN:
a) Painitin ang oven sa 350°F.
b) Iguhit ang isang baking sheet na may parchment paper at ilatag ang mga hiwa ng prosciutto sa isang layer. Maghurno ng 12 minuto o hanggang malutong ang prosciutto.
c) Hayaang lumamig nang lubusan bago kainin.

20. Low-carb Lettuce Wrap Sandwich

Gumagawa ng: 1 TAO

MGA INGREDIENTS:
- 8 iceberg lettuce
- 1 kutsarang homemade mayonnaise
- 1 kutsarita dilaw na mustasa
- 3 hiwa ng Prosciutto
- 2 hiwa ng organic ham
- 3 hiwa ng organikong dibdib ng manok
- 5 hiwa ng pipino
- 8 cherry tomatoes na hiniwa sa kalahati
- 1 piraso ng parchment paper

MGA TAGUBILIN:
a) Sa isang cutting board, ilagay ang parchment paper. Maglagay ng 5 hanggang 8 dahon ng lettuce sa gitna ng parchment paper at ang mga gilid ng dahon ng lettuce ay dapat na nasa ibabaw ng bawat isa na walang puwang sa pagitan ng mga lettuce. Layer ang topping sa pamamagitan ng pagkalat muna ng mustasa at mayonesa.
b) overhead view ng lettuce wrap sa isang kahoy na board
c) Pagkatapos, idagdag ang Prosciutto at ang mga hiwa ng deli meat (ham at dibdib ng manok), hiwa ng pipino, at cherry tomatoes.
d) overhead view ng lettuce wrap na may deli meat sa isang wooden board
e) Pagulungin ang mga balot ng lettuce sa pamamagitan ng paggamit ng pergamino bilang iyong base. Pagulungin ang pambalot ng lettuce nang mahigpit hangga't maaari.
f) overhead view ng lettuce wrap na may deli meat, cucumber, at cherry tomatoes sa isang wooden board
g) Sa kalagitnaan ng pag-roll, tiklupin ang mga gilid ng mga balot patungo sa gitna, at ipagpatuloy ang pag-roll na parang burrito. Kapag ito ay ganap na nakabalot, igulong ang natitirang bahagi ng pergamino sa paligid ng lettuce.
h) overhead view ng lettuce wrap na may deli meat sa isang wooden board na binabalot
i) Gamit ang kutsilyo, hiwain ang lettuce wrap at magsaya!
j) malapitan ng isang lettuce wrap sandwich

21. Mga kagat ng zucchini na nakabalot sa prosciutto

GUMAGAWA: 18 TO 20 ROLLS

MGA INGREDIENTS:

- 4 na maliit o 2 katamtamang zucchini, hiniwa nang pahaba sa napakanipis na mga laso
- 1 kutsarang extra-virgin olive oil
- Kosher na asin at sariwang giniling na paminta
- 6 onsa na keso ng kambing
- 1 kutsarang sariwang thyme, at higit pa para sa paghahatid
- 2 kutsarita ng pulot, at higit pa para sa paghahatid
- Sarap ng ½ lemon
- ¼ tasa ng mga kamatis na pinatuyong araw na nakabalot sa mantika, pinatuyo at tinadtad
- ¼ tasa sariwang dahon ng basil, tinadtad
- 10 manipis na hiwa ng prosciutto, hiniwa sa kalahati ang haba

MGA TAGUBILIN:

a) Painitin muna ang oven sa 425°F. Lagyan ng parchment paper ang isang rimmed baking sheet.

b) Sa isang malaking mangkok, ihagis ang mga laso ng zucchini na may langis ng oliba at isang pakurot ng asin at paminta sa bawat isa.

c) Sa isang maliit na mangkok, haluin ang keso ng kambing, thyme, honey, lemon zest, sun-dried tomatoes, basil, at isang pakurot ng bawat asin at paminta.

d) Paggawa nang paisa-isa, maglatag ng laso ng zucchini sa isang malinis na ibabaw ng trabaho. Sandok ng 1 kutsara ng pinaghalong keso sa isang dulo at igulong ang laso. I-wrap ang isang piraso ng prosciutto sa paligid ng zucchini upang ma-secure. Ilagay ang mga roll seam side pababa sa inihandang baking sheet. Ulitin sa natitirang mga ribbon ng zucchini.

e) Maghurno hanggang ang prosciutto ay malutong, 20 hanggang 25 minuto. Ang mga roll ay pagpunta sa ooze ng kaunti; ito ay okay. Hayaang i-set up sila sa baking sheet sa loob ng 6 na minuto bago ihain ang mga ito na sinabugan ng sariwang thyme at binuhusan ng pulot.

22. Ham at Peach Sushi Bowl

MGA INGREDIENTS:
- 2 tasang inihanda (400 g) Traditional Sushi rice o Quick and easy Microwave Sushi rice
- 1 malaking peach, pinagbinhan at pinutol sa 12 wedges
- ½ tasa (125 ml) Sushi rice Dressing
- ½ kutsarita ng sarsa ng bawang
- Tilamsik ng dark sesame oil
- 4 oz. (125 g) prosciutto, gupitin sa manipis na piraso
- 1 bungkos na watercress, inalis ang makapal na tangkay

MGA TAGUBILIN:
a) Ihanda ang Sushi Rice at dagdag na Sushi Rice Dressing.
b) Ilagay ang peach wedges sa isang medium bowl. Idagdag ang Sushi Rice Dressing, garlic chili sauce, at ang dark sesame oil. Bigyan ng mabuti ang mga milokoton sa marinade, bago takpan. Hayaang itakda ang mga peach sa temperatura ng silid sa marinade nang hindi bababa sa 30 minuto at hanggang 1 oras.
c) Magtipon ng 4 na maliliit na serving bowl. Basain ang iyong mga daliri bago ilagay ang ½ tasa (100 g) ng inihandang Sushi Rice sa bawat mangkok. Dahan-dahang patagin ang ibabaw ng bigas. Hatiin ang mga topping nang pantay-pantay sa isang kaakit-akit na pattern sa ibabaw ng bawat mangkok, na nagbibigay-daan sa 3 hiwa ng peach bawat paghahatid. (Maaari mong alisan ng tubig ang karamihan sa likido mula sa mga milokoton bago ilagay sa ibabaw ang mga mangkok, ngunit huwag patuyuin ang mga ito.)
d) Ihain gamit ang tinidor at toyo para sa paglubog, kung ninanais.

23. Parma Ham-Balot na Asparagus

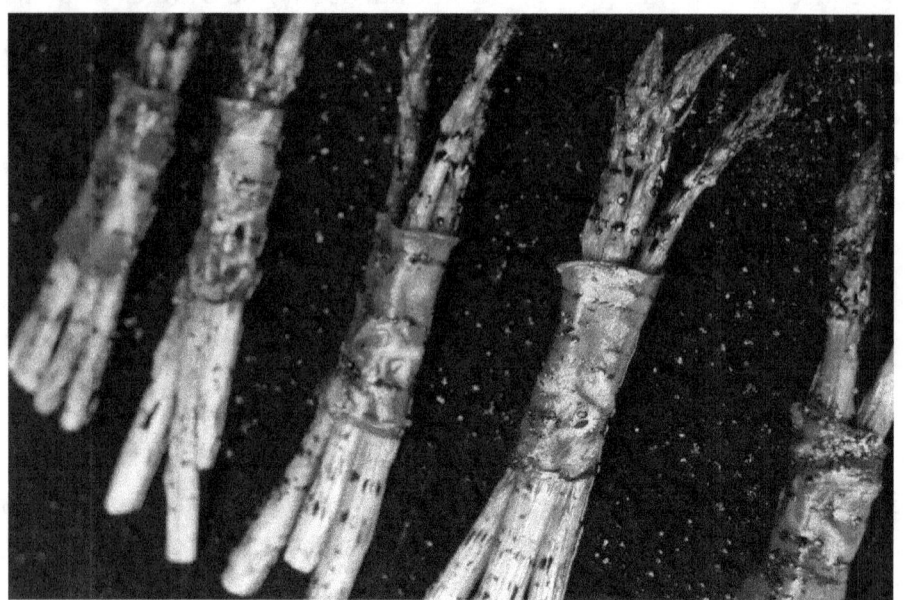

Gumagawa: 2

MGA INGREDIENTS:
- 8 sibat ng asparagus
- 8 hiwa ng Parma ham
- 2 kutsarang langis ng oliba
- 2 kutsarang parmesan, gadgad

MGA TAGUBILIN:
a) Painitin muna ang Wood oven sa medium-high temperature.
b) Paputiin ang mga sibat ng asparagus sa isang kasirola sa pamamagitan ng paglalagay ng mga ito sa malumanay na tubig na kumukulo sa loob ng dalawang minuto, pagkatapos ay alisin ang mga ito at ilagay ang mga ito sa tubig na may yelo o sa ilalim ng malamig na tubig na umaagos.
c) Ilagay ang iyong Grizzler sa loob ng iyong wood oven upang magpainit pagkatapos idagdag ang langis ng oliba.
d) I-wrap ang gilid ng Parma ham sa paligid ng asparagus spear, igulong ito upang ganap na ipasok ang sibat sa ham.
e) Kunin ang Grizzler sa oven at ilagay ang nakabalot na asparagus.
f) Iwiwisik ang parmesan sa asparagus at ibalik ang Grizzler sa oven.
g) Mag-ihaw ng dalawang minuto bawat gilid, o hanggang sa lumitaw ang mga marka ng chargrill sa magkabilang panig.

24. Antipasto platter na may prosciutto at melon

Gumagawa: 12 Servings

MGA INGREDIENTS:
- 8 ounces Hiniwang manipis na prosciutto
- Mga dahon ng litsugas
- 2 tasa Melon ball o cube
- 1 tasa sariwang pineapple cubes
- ¼ tasa Hiniwang almendras, inihaw
- 2 kutsarang langis ng oliba
- 2 kutsarang White balsamic vinegar
- 2 kutsarang Durog na asul na keso

a) I-roll up ang bawat hiwa ng prosciutto at ayusin sa isang malaking lettuce lined serving platter.
b) Maglagay ng mga prutas at mani sa paligid ng prosciutto.
c) Pagsamahin ang olive oil at balsamic vinegar at drizzle mixture sa lahat.
d) Budburan ng asul na keso.

25. Inihaw na chanterelles at prosciutto-wrapped fig

Gumagawa: 4 na servings

MGA INGREDIENTS:
4 ounces Prosciutto di Parma hiniwa nang manipis
½ tasang Extra-virgin olive oil
3 kutsarang Balsamic vinegar
½ kutsarita ng Asin
¼ kutsarita ng Paminta
10 Ang hinog ngunit matatag na mga igos ng Black Mission ay pinutol, hinati nang pahaba
4 ounces Chanterelle mushroom na pinunasan
8 tasang dahon ng Arugula na maluwag na nakabalot
¼ tasa ng pinaghalong bulaklak na nakakain (opt)

1. Gamit ang isang maliit na matalim na kutsilyo, gupitin ang dalawampung 3-by-1-pulgada na piraso mula sa prosciutto. Gupitin ang natitirang prosciutto sa 1-by--inch strips.
2. Sa isang maliit na mangkok, haluin ang langis ng oliba, balsamic vinegar, asin at paminta. Ireserba ang tasa ng dressing at itabi. Ibuhos ang natitirang vinaigrette sa isang medium nonreactive na mangkok. Idagdag ang mga halves ng fig at mushroom at ihalo nang malumanay. Hayaang mag-marinate ng 30 minuto.
3. Magsindi ng grill o painitin muna ang broiler. Alisin ang mga halves ng fig mula sa marinade nang paisa-isa at ibalot nang paisa-isa sa malalaking piraso ng prosciutto. Papalitan ng mga mushroom, i-thread ang 5 ng nakabalot na fig sa bawat isa sa apat na 10-pulgadang kahoy na tuhog.

Mag-ihaw o mag-ihaw ng humigit-kumulang 1 minuto sa bawat panig hanggang sa bahagyang kayumanggi.

Ilipat sa isang plato.

4. Sa isang malaking mangkok ng salad, ihagis ang arugula kasama ang nakareserbang dressing.

Hatiin sa 4 na malalaking plato ng salad. Ayusin ang mga igos at mushroom na nakabalot ng prosciutto mula sa 1 skewer sa bawat salad. Palamutihan ng nakakain na bulaklak at ang natitirang maliliit na hiwa ng prosciutto. Ihain kaagad.

SANDWICH AT BURGER

26. <u>Sourdough, Provolone, Pesto</u>

Gumagawa: 16

MGA INGREDIENTS:
- 1/2 tasa ng Extra Virgin Olive Oil
- 8 hiwa ng sourdough bread
- 1/4 tasa ng pesto
- 16 manipis na hiwa ng Provolone cheese
- 12 manipis na hiwa ng prosciutto
- 4 buong, inihaw na pulang paminta, julienned

MGA TAGUBILIN:
a) Painitin ang iyong Panini grill ayon sa tagubilin ng tagagawa.

b) Ikalat ang pesto sa bawat kalahati ng tinapay bago ilagay ang ½ ng keso, prosciutto, mga piraso ng paminta at ang natitirang keso sa ibabang kalahati, at isara ito upang makagawa ng sandwich.

c) Lagyan ng mantikilya sa ibabaw at lutuin itong Panini sa preheated grill ng mga 4 na minuto o hanggang sa maging golden brown ang labas.

27. <u>Seattle Chicken Sandwich</u>

Gumagawa: 6

MGA INGREDIENTS:
- 6 na hiwa ng tinapay na Italyano
- 1/3 tasa ng basil pesto
- 3 oz. hiniwang prosciutto, opsyonal
- 1 (14 oz.) na lata ng artichoke heart, pinatuyo at hiniwa
- 1 (7 oz.) na garapon ang inihaw na pulang paminta, pinatuyo at pinutol
- 12 oz. nilutong manok, gupitin sa mga piraso
- 4 -6 oz. ginutay-gutay na provolone cheese

MGA TAGUBILIN:
a) Bago ka gumawa ng anuman, painitin muna ang oven sa 450 F.
b) Pahiran ng pesto ang isang gilid ng bawat hiwa ng tinapay.
c) Ayusin ang mga hiwa ng prosciutto na sinusundan ng mga hiwa ng artichoke, mga piraso ng pulang paminta, at mga piraso ng manok sa ibabaw ng mga hiwa ng tinapay.
d) Maglagay ng 6 na piraso ng foil sa ibabaw ng cutting board. Dahan-dahang ilagay ang bawat sandwich sa isang piraso ng foil pagkatapos ay balutin ito sa paligid nito.
e) Ilagay ang mga ito sa isang baking sheet pagkatapos ay lutuin ang mga ito sa oven sa loob ng 9 min.
f) Itapon ang mga piraso ng foil at ilagay muli ang mga bukas na sandwich sa tray.
g) Iwiwisik sa kanila ang ginutay-gutay na keso. Iprito ang mga sandwich sa oven para sa dagdag na 4 min.
h) Ihain ang iyong mga sandwich na mainit kasama ang iyong mga paboritong toppings.
i) Enjoy.

28. **Prosciutto at Taleggio na may Fig sa Mesclun**

Ginagawa: 4

MGA INGREDIENTS:
- 8 napakanipis na hiwa ng sourdough bread o baguette
- 3 kutsarang extra-virgin olive oil, hinati
- 3—4 ounces prosciutto, gupitin sa 8 hiwa
- 8 ounces hinog na Taleggio cheese, hiniwa sa walong ¼-pulgada ang kapal
- 4 na malaking dakot ng salad spring mix (mesclun)
- 2 kutsarang tinadtad na sariwang chives
- 2 kutsarang tinadtad na sariwang chervil
- 1 kutsarang sariwang lemon juice Salt
- Itim na paminta
- 6 hinog na itim na igos, quartered
- 1—2 kutsarita ng balsamic vinegar

MGA TAGUBILIN:

a) Banayad na i-brush ang tinapay na may kaunting olive oil at ayusin sa isang baking sheet. 2 Painitin muna ang oven sa 400°F. Ilagay ang tinapay sa pinakamataas na rack at maghurno ng mga 5 minuto, o hanggang sa nagsisimula pa lang silang malutong. Alisin at hayaang lumamig, mga 10 minuto.

b) Kapag lumamig, balutin ang mga hiwa ng prosciutto sa paligid ng mga hiwa ng Taleggio at ilagay ang bawat isa sa ibabaw ng isang piraso ng tinapay. Magtabi ng ilang sandali habang inihahanda mo ang salad.

c) Paghaluin ang mga gulay na may humigit-kumulang 1 kutsara ng langis ng oliba, chives, at chervil, pagkatapos ay ihagis ang lemon juice, asin, at paminta sa panlasa. Ayusin sa 4 na plato at palamutihan ng fig quarters.

d) I-brush ang mga tuktok ng mga parsela na nakabalot ng prosciutto gamit ang natitirang langis ng oliba, pagkatapos ay ilagay sa isang malaking ovenproof na kawali at maghurno ng 5 hanggang 7 minuto, o hanggang sa magsimulang tumulo ang keso at ang prosciutto ay lumutang sa mga gilid.

e) Mabilis na alisin ang mga parsela at ayusin sa bawat salad, pagkatapos ay iling ang balsamic vinegar sa mainit na kawali. Paikutin upang ito ay uminit, pagkatapos ay ibuhos ito sa mga salad at toast. Ihain kaagad.

29. <u>Strawberry Basil Prosciutto Grilled Cheese</u>

MGA INGREDIENTS:
- 12 oz. Sariwang Mozzarella, hiniwa
- 8 hiwa puting tinapay, hiwa ng makapal
- 2 kutsarang pinalambot na mantikilya
- 8 sariwang strawberry (katamtaman hanggang malaki), hiniwang manipis
- 12 sariwang dahon ng basil, buo
- 8 hiwa ng prosciutto, gupitin ng manipis
- 2 oz. balsamic glaze

MGA TAGUBILIN:
a) Ilatag ang mga hiwa ng tinapay at mantikilya sa isang gilid ng bawat isa.
b) Sa unbuttered side, i-layer ang sariwang mozzarella, strawberry, basil leaves at prosciutto. Ambon na may balsamic glaze; ilagay ang natitirang tinapay sa ibabaw at ilipat sa isang preheated nonstick pan.
c) Magluto ng humigit-kumulang isang minuto, na pinindot gamit ang isang spatula. I-flip at ulitin hanggang sa ginintuang kayumanggi.
d) Alisin, lagyan ng dagdag na balsamic glaze sa ibabaw kung gusto, gupitin at ihain.

30. Mozzarella, Prosciutto at Fig Jam

Ginagawa: 4

MGA INGREDIENTS:
- 4 na malambot na French o Italian roll (o half-baked kung available)
- 10—12 ounces sariwang mozzarella, makapal na hiniwa
- 8 ounces prosciutto, hiniwa nang manipis
- ¼-½ tasa ng fig jam o fig preserve, ayon sa panlasa
- Malambot na mantikilya para sa pagkalat sa tinapay

MGA TAGUBILIN:
a) Hatiin ang bawat roll, at i-layer ang mozzarella at prosciutto. Ikalat ang mga tuktok na hiwa ng fig jam, pagkatapos ay isara.

b) Banayad na mantikilya ang labas ng bawat sandwich.

c) Mag-init ng mabigat na nonstick skillet o panini press sa katamtamang init. Ilagay ang mga sandwich sa kawali, magtrabaho sa dalawang batch depende sa laki ng kawali.

d) pindutin angmga sandwicho isara ang grill at kayumanggi, paikutin nang isa o dalawang beses, hanggang sa malutong ang tinapay at matunaw ang keso. Kahit na ang mga rolyo ay nagsisimula bilang bilog, sa sandaling pinindot ang mga ito ay mas flatter at madaling iikot, kahit na maingat.

31. Bocadillogaling salsla ng Ibiza

Gumagawa: 4

MGA INGREDIENTS:
- 4 na malalaking soft flattish French o Italian-style roll
- 6-8 cloves bawang, hatiin
- 4—6 na kutsarang extra-virgin olive oil
- 1 kutsarang tomato paste
- 2—3 malalaking hinog na kamatis, hiniwa ng manipis
- Masaganang pagwiwisik ng pinatuyong oregano
- 8 manipis na hiwa Spanish jamon o katulad na hamon tulad ng prosciutto
- Humigit-kumulang 10 ounces na banayad at natutunaw, ngunit may lasa na keso, gaya ng Manchego, Idiazábal, Mahon, o isang California cheese gaya ng Ig Vella's semi secco o Jack
- Mixed Mediterranean olives

MGA TAGUBILIN:

a) Painitin muna ang broiler.

b) Gupitin ang mga rolyo at bahagyang i-toast sa bawat panig sa ilalim ng broiler.

c) Kuskusin ang bawang sa gilid ng hiwa ng bawat piraso ng tinapay.

d) Ibuhos ang tinapay na hinihimas ng bawang na may langis ng oliba at lagyan ng kaunting mantika ang labas. Ikalat nang bahagya ang tomato paste, pagkatapos ay i-layer ang hiniwang mga kamatis at ang mga katas nito sa mga rolyo, idiin ang tomato paste at mga kamatis upang ang mga juice ay masipsip sa tinapay.

e) Budburan ng crumbled oregano, pagkatapos ay i-layer ang ham at keso. Isara at pindutin nang mabuti, pagkatapos ay magsipilyo nang bahagya gamit ang langis ng oliba.

f) Mag-init ng mabigat na nonstick skillet pan o panini press sa medium-high heat, pagkatapos ay idagdag ang mga sandwich. Kung gumagamit ng kawali, timbangin angpababa ang mga sandwich.

g) Ibaba ang apoy sa medium-low at lutuin hanggang bahagyang malutong sa labas at magsimulang matunaw ang keso. Turnover at kayumanggi sa pangalawang bahagi.

h) Gupitin sa kalahati, at ihain kaagad, na may isang dakot ng halo-halong olibo sa tabi.

32. Tomato at Mahon Cheese sa Olive Bread

GUMAGAWA 4

MGA INGREDIENTS:
- 10—12 sariwa, maliliit na dahon ng sambong
- 3 kutsarang unsalted butter
- 1 kutsarang extra-virgin olive oil
- 8 hiwa ng country bread
- 4 ounces prosciutto, hiniwa nang manipis
- 10—12 ounces full-flavored mountain cheese tulad ng fontina, may edad na Beaufort, o Emmentaler
- 2 cloves ng bawang, tinadtad

MGA TAGUBILIN:
a) Sa isang mabigat na nonstick skillet, haluin ang mga dahon ng sage, mantikilya, at langis ng oliba sa katamtamang apoy hanggang sa matunaw at mabula ang mantikilya.

b) Samantala, maglatag ng 4 na hiwa ng tinapay, itaas ang prosciutto, pagkatapos ay ang fontina, pagkatapos ay isang sprinkle ng bawang. Ilagay ang natitirang tinapay sa ibabaw at pindutin nang mahigpit.

c) Dahan-dahang ilagay ang mga sandwich sa mainit na pinaghalong sage butter; maaaring kailanganin mong gawin ang mga ito sa ilang batch o gumamit ng 2 kawali. Timbang na mayisang mabigat na kawali sa ibabawupang pindutin ang mga sandwich pababa. Lutuin hanggang bahagyang malutong sa labas at magsimulang matunaw ang keso. Turnover at kayumanggi sa pangalawang bahagi.

d) Ihain ang mga sandwich na mainit at malutong, gupitin sa diagonal na kalahati. Itapon ang mga dahon ng sambong o kagatin ang mga ito, malutong at kayumanggi.

33. mga Cubano

Gumagawa: 4

MGA INGREDIENTS:
- 4 (6-pulgada) na hero roll
- ¼ tasa (½ stick) unsalted butter, sa temperatura ng kuwarto
- 4 na kutsarita ng Dijon mustard
- ¼ tasa ng mayonesa (binili sa tindahan o gawang bahay)
- ½ libra ng manipis na hiniwang Swiss cheese
- 1 tasang pinatuyo na Pour-Over Pickles o thinly sliced dill pickles
- ½ libra na hiniwang manipis na natirang inihaw na balikat ng baboy (mga 6 na hiwa)
- ½ libra na hiniwang manipis na prosciutto cotto

a) Mantikilya ang tinapay. Hatiin ang mga roll sa kalahati nang pahalang. Ikalat ang labas ng bawat kalahati na may mantikilya. Ilagay sa isang sheet pan, gupitin sa gilid.

b) Buuin ang sandwich. Ikalat ang bawat roll bottom na may 1 kutsarita ng mustasa at bawat roll top na may 1 kutsarang mayonesa. Gupitin ang mga hiwa ng keso sa kalahati at hatiin sa mga ilalim ng roll. Itaas na may patong ng atsara, inihaw na baboy, at ham. Takpan gamit ang mga roll top.

c) Igisa ang mga sandwich. Magpainit ng malaking cast-iron skillet sa medium-low hanggang mainit. Paggawa sa mga batch, kung kinakailangan, maingat na ilipat ang mga sandwich sa kawali. Takpan ng aluminum foil at maglagay ng malaking mabigat na palayok sa ibabaw.

d) Lutuin, paminsan-minsan na pinindot ang kaldero, sa loob ng 4 hanggang 5 minuto, hanggang sa maging ginintuang kayumanggi at malutong ang ilalim.

e) I-flip ang mga sandwich at palitan ang aluminum foil at heavy pot.

f) Magluto ng 4 hanggang 5 minuto, hanggang sa maging ginintuang kayumanggi ang pangalawang bahagi at ganap na matunaw ang keso. Ilipat sa isang cutting board at gupitin ang mga sandwich sa kalahati sa isang anggulo.

g) Ilipat sa paghahatid ng mga pinggan at ihain.

34. **Fig at prosciutto sandwich**

Gumagawa: 2 servings

MGA INGREDIENTS:
1 tinapay rosemary focaccia
3 Igos; gupitin sa manipis na bilog
1 hiwa ng Prosciutto
1 Isang dakot na hugasang arugula
Langis ng oliba
Bagong-giniling na itim na paminta; sa panlasa

Hatiin nang manipis ang 4 na piraso ng focaccia patayo. Ilagay ang layer ng mga igos sa isang piraso ng focaccia. Magdagdag ng isang slice ng prosciutto at isang dakot ng arugula.

Budburan ang arugula na may langis ng oliba. Timplahan ng paminta ayon sa panlasa. Pindutin nang mahigpit ang sandwich para patagin. Hatiin sa dalawa.

MAINS

35. Prutas ng kiwi at Hipon

Gumagawa: 4 Servings

MGA INGREDIENTS:
- 3 prutas ng kiwi
- 3 kutsarang langis ng oliba
- 1 libra Hipon, binalatan
- 3 kutsarang harina
- ¾ tasa ng Prosciutto, gupitin sa manipis na piraso
- 3 Shallots, pinong tinadtad
- ⅓ kutsarita ng Chili powder
- ¾ tasa ng tuyong puting alak

MGA TAGUBILIN:
a) Balatan ang kiwi. Magreserba ng 4 na hiwa para sa dekorasyon at i-chop ang natitirang prutas. Sa isang mabigat na kawali o kawali, magpainit ng mantika. Ihagis ang hipon sa harina at igisa, 30 segundo.

b) Magdagdag ng Prosciutto, shallots, at chili powder. Igisa, isa pang 30 segundo. Idagdag ang tinadtad na kiwi at igisa, 30 segundo. Magdagdag ng alak at bawasan ng kalahati.

c) Ihain kaagad.

36. **Mga Cutlet ng Prosciutto at Pesto**

Gumagawa: 2

MGA INGREDIENTS:
- 4 na hiwa ng prosciutto
- 4 na cutlet ng tupa
- 2 kutsarang basil pesto

MGA TAGUBILIN:
a) Ihanda ang air fryer sa pamamagitan ng pagpapainit nito sa 180ºC, sa loob ng 3 minuto.
b) Ilagay ang mga cutlet sa air fryer at lutuin sa 200ºC, sa loob ng 5 minuto.
c) Ikalat ang 4 na piraso ng prosciutto sa ibabaw at ilagay ang bawat cutlet sa isang strip ng prosciutto.
d) Ikalat na may Basil Pesto, at balutin ang prosciutto sa paligid ng cutlet.
e) Bumalik sa basket ng air fryer sa loob ng 7 minuto.

37. Balsamic glazed na manok

Gumagawa: 4 na Bahagi
MGA INGREDIENTS:
- 1 (3 1/2 hanggang 4 pound) na manok
- 2 cloves bawang, pinong tinadtad
- 4 na kutsarang tinadtad na dahon ng rosemary
- 2 kutsarang sariwang giniling na itim na paminta
- 1 kutsarita ng asin sa dagat
- 3 kutsarang Virgin olive oil
- 2 onsa Prosciutto balat
- 2 ounces Parmesan balat
- 2 moderates Pulang sibuyas, Segmented sa
- 1 pulgadang mga disk
- 1 Glass Lombroso
- 4 na kutsara ng Balsamic vinegar
- 6 malaking Radicchio di Treviso
- 2 kutsara Extra virgin olive oil

MGA TAGUBILIN:
a) Painitin ang grill sa 375 degrees.
b) Banlawan at patuyuin ang manok. Kunin ang mga giblet at itabi ang mga ito.
c) I-chop ang bawang, rosemary, pepper, at sea salt at ihalo sa virgin olive oil. Kuskusin ang labas ng manok sa kabuuan ng pinaghalong rosemary. Ilagay ang Prosciutto at Parmesan rinds sa loob ng cavity at hayaang maupo sa refrigerator magdamag.
d) Ilagay ang mga onion disk at giblet sa ilalim ng isang maliit na heavy-bottomed roasting pan. Ilagay ang manok sa ibabaw ng sibuyas, patagilid ang dibdib. Ibuhos ang isang baso ng Lombroso sa mga sibuyas at kuskusin ang manok sa buong 4 na kutsara ng balsamic vinegar.
e) Ilagay sa grill at lutuin ng 1 oras at 10 minuto.
f) Gupitin ang Radicchio sa kalahating pahaba at ilagay ito sa grill at lutuin ng 3 hanggang 4 na minuto bawat panig. Ilabas mula sa grill at i-brush na may extra virgin olive oil at itabi. Alisin ang ibon mula sa grill at hayaan itong magpahinga ng 5 minuto. Ilipat ang manok sa isang ukit na pinggan. Ilagay ang mga sibuyas at giblets sa isang ulam, kasama ang mga juice. Hiwain ang manok, iwiwisik ng natitirang suka at ihain kaagad.

38. <u>Basil Chicken</u>

Gumagawa: 4

MGA INGREDIENTS:
- 4 na walang balat, walang buto na dibdib ng manok
- 1/2 tasa inihanda basil pesto, hinati
- 4 manipis na hiwa ng prosciutto, o higit pa kung kinakailangan

MGA TAGUBILIN:

a) Pahiran ng mantika ang isang baking dish pagkatapos ay itakda ang iyong oven sa 400 degrees bago gumawa ng anupaman.

b) Itaas ang bawat piraso ng manok na may 2 Kutsarang pesto pagkatapos ay takpan ang bawat isa ng isang piraso ng prosciutto.

c) Pagkatapos ay ilagay ang lahat sa ulam.

d) Lutuin ang lahat sa oven sa loob ng 30 minuto hanggang sa ganap na maluto ang manok.

e) Enjoy.

39. Pugo sa ibabaw ng Gulay at Ham Strip

MGA INGREDIENTS:
- 4 T. langis ng gulay
- 1 t. tinadtad na sariwang luya
- 3 pugo, hati
- Asin at paminta
- 3-4 T. sabaw ng manok
- 1 medium zucchini, gupitin sa manipis na mga piraso
- 1 karot, kinamot at gupitin sa manipis na piraso
- 4 buong scallions, gupitin sa manipis na piraso
- 2 malalaking tangkay ng broccoli, binalatan at gupitin sa manipis na piraso
- 2 oz. country ham o prosciutto, gupitin sa manipis na piraso

MGA TAGUBILIN:
a) Sa isang malaking kawali o kawali, painitin ang 2 kutsara ng mantika na may luya.
b) Brown ang pugo sa lahat ng panig. Asin at paminta ang mga ito. Magdagdag ng isang maliit na sabaw, takpan, at steam-braise nang dahan-dahan sa loob ng 15 minuto.
c) Alisin ang pugo kasama ang kanilang katas at panatilihing mainit-init. Gumagawa: 2-3.

40. Chicken at Prosciutto na may Brussels sprouts

MGA INGREDIENTS:
- 2 lbs. manok tenderloins
- 4 oz. prosciutto
- 12 oz. Brussels sprouts
- 1/2 tasang sabaw ng manok
- 1 1/2 tasa mabigat na cream
- 1 tsp tinadtad na bawang
- 1 lemon, quartered at may binhi
- Ghee o langis ng niyog para sa pagprito

MGA TAGUBILIN:
a) Painitin ang hurno sa 400 degrees F.
b) Gupitin ang Brussels sprouts sa kalahati at pakuluan ng 5 minuto. Alisin sa init at itabi.
c) Sa isang kawali magdagdag ng 1/2 tasa ng sabaw ng manok at pakuluan sa medium. Pagkatapos nito, magdagdag ng mabigat na cream, tinadtad na bawang, at lemon at hayaang kumulo sa loob ng 5-10 minuto na madalas na pagpapakilos. Alisin sa init at itabi.
d) Sa isang hiwalay na kawali, painitin ang ilang ghee at ilagay ang manok. Magluto sa medium-high heat sa loob ng ilang minuto, at pagkatapos ay idagdag ang tinadtad na prosciutto hanggang maluto ang manok.
e) Sa isang maliit na casserole dish (9×9) at layer mula sa ibaba hanggang sa itaas: Brussels sprouts, manok, prosciutto, lemon cream sauce sa itaas.
f) Maghurno sa preheated oven sa loob ng 20 minuto. Ihain nang mainit.

41. Masarap na Meaty Meatloaf

MGA INGREDIENTS:
- 7 oz prosciutto, hiniwang manipis
- 7 oz provolone, hiniwang manipis
- 2 tasang baby spinach
- 1 tasang tomato sauce
- ½ tasang tomato paste
- 1 kutsarang apple cider vinegar
- 4 na kutsara ng stevia
- 1 lb. giniling na baboy
- ½ sibuyas, tinadtad
- ½ tasa ng bell pepper, tinadtad
- 2 cloves ng bawang, tinadtad
- ¼ tasa ng parmesan cheese, gadgad
- 2 organikong itlog
- 1 tsp oregano, tuyo
- 1 tsp basil, tuyo
- Asin at paminta para lumasa
- 1 kutsarang mantikilya

MGA TAGUBILIN:
a) Itakda ang oven sa 350 F.
b) Matunaw ang mantikilya sa isang kawali sa katamtamang apoy. Itapon ang baby spinach at timplahan ng asin at paminta. Lutuin hanggang matuyo ang mga dahon.
c) Sa isang mangkok pagsamahin ang tomato sauce at i-paste, kasama ang apple cider at stevia. Haluin at itabi.
d) Sa isa pang mangkok, pagsamahin ang baboy, sibuyas, bell pepper, bawang, parmesan, at herbs. Haluing mabuti.
e) Maglagay ng parchment paper mga 10 pulgada at ikalat ang karne sa ibabaw. Ayusin ang prosciutto sa itaas na sinusundan ng spinach at provolone upang lumikha ng meatloaf. I-seal ang mga gilid.
f) Ilagay ang meatloaf sa isang loaf pan na nilagyan ng foil at ibuhos ang tomato sauce sa ibabaw.
g) Maghurno sa oven sa loob ng mahigit isang oras o hanggang ang panloob na temperatura ay umabot sa 165 F.

42. **Duck breast prosciutto**

MGA INGREDIENTS:
- 2 dibdib ng pato
- ½ tasa light brown sugar
- ¼ tasa ng kosher na asin
- 2 kutsarita ng pinong tinadtad na orange zest
- 2 kutsarita ng ground coriander
- 1 kutsarita ng ground sage
- 1 kutsarita sariwang giniling na itim na paminta

MGA TAGUBILIN:
a) Puntos sa pahilis ang gilid ng balat ng mga suso ng pato sa pamamagitan ng bahagyang pagguhit ng napakatalim na kutsilyo sa balat at sa pamamagitan ng matabang takip, na ginagawang humigit-kumulang ½ pulgada ang pagitan ng mga hiwa.

b) Pagsamahin ang asukal, asin, orange zest, kulantro, sambong, at paminta sa isang maliit na mangkok. Kuskusin ang lunas na ito sa magkabilang panig ng pato, kabilang ang mga siwang ng balat. Ibalik ang pato sa ulam, patagilid ang balat. Takpan nang mahigpit ang ulam gamit ang plastic wrap at palamigin sa loob ng 4 na araw.

c) I-flip ang mga dibdib ng pato at takpan muli ng plastic wrap ang pinggan. Palamigin para sa isa pang 3 araw.

d) Sa puntong ito, ang pato ay dapat magkaroon ng isang madilim na pulang kulay at pakiramdam na matatag sa buong, tulad ng isang mahusay na tapos na steak. Nangangahulugan ito na ang iyong karne ay gumaling. Kung napakalambot pa rin ng pakiramdam, i-flip muli ang karne at hayaan itong umupo sa isa o dalawang araw.

e) Upang matiyak na ang iyong pato ay ligtas na kainin, ilagay ito sa rack, taba sa gilid, sa preheated oven. Painitin ang pato nang humigit-kumulang 25 minuto, o hanggang umabot ito sa panloob na temperatura na 160°F (70°C).

f) Banlawan ng mabuti ang pato at patuyuin ito nang husto. Hiwain ito ng manipis na labaha bago ihain.

43. Dibdib ng manok na may prosciutto at sage

Gumagawa: 2 Servings

MGA INGREDIENTS:
1 Buong walang buto na walang balat na dibdib ng manok
Flour na tinimplahan ng asin at paminta
2 kutsarang unsalted butter
½ tasa ng tuyong puting alak
¾ kutsarita ng pinatuyong sambong; gumuho
2 ounces Prosciutto; julienned

Hatiin ang dibdib ng manok nang pahaba at patagin nang bahagya sa pagitan ng mga piraso ng plastic wrap.

I-dredge ng bahagya ang manok sa tinimplang harina. Sa isang malaking kawali, initin ang mantikilya sa katamtamang init hanggang sa humupa ang bula at sa loob nito ay igisa ang manok, tinapik-tapik nang tuyo at tinimplahan ng asin at paminta ayon sa panlasa, sa loob ng 2 minuto sa bawat panig, o hanggang sa bahagyang kayumanggi. Ilipat ang manok na may mga sipit sa isang pinainit na plato at panatilihin itong mainit, natatakpan, sa isang preheated 250 oven.

Sa kawali idagdag ang puting alak at ang sambong, pakuluan, pagpapakilos at pakuluan ng 1 minuto. Idagdag ang manok na may anumang katas na naipon sa plato at sa prosciutto, pakuluan ang timpla, na tinatakpan ng 4 hanggang 5 minuto, o hanggang sa mabulaklak ang manok sa pagpindot at maluto lang, at timplahan ito ng asin at paminta. Ilipat ang manok sa 2 plato at sandok ang prosciutto sauce sa ibabaw nito.

44. Mga paillard ng manok na may prosciutto at igos

Gumagawa: 8 Servings

MGA INGREDIENTS:
- 6 na kutsarang Puting suka
- 3 kutsarang sariwang rosemary, pinong tinadtad
- 1 kutsarita red pepper flakes
- 2 kutsarang sariwang lemon juice
- 1 buong lemon, hiniwa sa bilog
- 1 kutsarita ng Asin
- ¼ kutsarita Bagong giniling na itim na paminta
- ¼ tasa ng langis ng oliba
- 8 Buong buto at balat
- Mga hati ng dibdib ng manok, Dinurog na 1/4 pulgada ang kapal
- 16 Buong igos
- 1 pounds na tinapay ng bansa, gupitin sa hiwa
- 8 hiwa ng Prosciutto

Pagsamahin ang alak, tinadtad na rosemary, pepper flakes, lemon juice, asin, paminta at mantika.
Ibuhos sa isang malaki, mababaw na nonreactive dish. Magdagdag ng mga suso ng manok, mga hiwa ng lemon, at 3 rosemary sprigs sa pag-atsara ng ulam. Takpan, palamigin ng 3 oras o hanggang magdamag, paminsan-minsan ang manok.
I-brush ang grill na may mantika. Painitin ang grill sa katamtamang init. Bago lang magluto ng manok, oil grill ulit. Mag-ihaw ng manok hanggang sa matuyo ang mga katas, 3 hanggang 5 minuto bawat panig; itabi. I-ihaw ang buong igos sa pinakamalamig na bahagi ng grill hanggang malambot at mainit, 3 hanggang 6 na minuto.
Mag-ihaw ng tinapay hanggang mag-brown ang magkabilang panig. Balutin nang maluwag ang prosciutto sa bawat dibdib ng manok. Ayusin sa isang pinggan. Palamutihan ng rosemary at ihain kasama ng Balsamic Fig sauce, igos at tinapay.

45. Basil at Prosciutto-Wrapped Halibut

Gumagawa: 2 servings

MGA INGREDIENTS:
- 6 na dahon ng basil
- 2 hiwa ng prosciutto
- 2 (4 onsa) fillet halibut
- ½ kutsarita ng adobo seasoning
- 1 kutsarang langis ng oliba

MGA TAGUBILIN:
a) Painitin ang hurno sa 400 degrees F (200 degrees C).
b) Maglagay ng 3 dahon ng basil sa bawat hiwa ng prosciutto. Timplahan ng Adobo seasoning ang mga fillet ng halibut, ilagay ang mga ito sa isang gilid ng mga inihandang hiwa ng prosciutto, at balutin ang mga fillet ng isda gamit ang prosciutto at basil.
c) Magtakda ng oven-safe skillet sa medium-high heat. Kapag mainit na ang kawali, ibuhos ang langis ng oliba at ilagay ang nakabalot na halibut fillet sa kawali.

d) Lutuin ang mga fillet hanggang ang prosciutto ay ginintuang kayumanggi, mga 4 na minuto. I-flip ang mga fillet at ilipat ang kawali sa preheated oven. Maghurno hanggang sa matigas ang isda sa pagpindot at maluto, mga 5 minuto.

46. <u>Herbed goat cheese at prosciutto shrimp</u>

Gumagawa: 4 na servings

MGA INGREDIENTS:
12 kutsarang Goat cheese
1 kutsarita tinadtad na sariwang perehil
1 kutsarita tinadtad na sariwang tarragon
1 kutsarita tinadtad na sariwang chervil
1 kutsarita tinadtad na sariwang oregano
2 kutsaritang tinadtad na bawang
Asin at paminta
12 malaking Hipon, binalatan, nakabuntot at
Butterflied
12 Manipis na hiwa ng prosciutto
2 kutsarang langis ng oliba
Ambon ng puting truffle
Langis

Sa isang mixing bowl, haluin ang keso, herbs at bawang nang magkasama. Timplahan ng asin at paminta ang timpla. Timplahan ng asin at paminta ang hipon. Pindutin ang isang kutsara ng palaman sa lukab ng bawat hipon. Balutin nang mahigpit ang bawat hipon ng isang piraso ng prosciutto. Sa isang sauté pan init ng olive oil. Kapag mainit na ang mantika, idagdag ang pinalamanan na hipon at igisa sa loob ng 2 hanggang 3 minuto sa bawat panig, o hanggang ang hipon ay maging kulay rosas at ang kanilang mga buntot ay kulutin patungo sa kanilang katawan. Alisin mula sa kawali at ilagay sa isang malaking plato. Pahiran ng truffle oil ang hipon.

Palamutihan ng perehil.

47. <u>**Ginisang solong may chard at prosciutto**</u>

Gumagawa ng: 1 Servings

MGA INGREDIENTS:
2 bungkos Chard
2 kutsarang Virgin olive oil
4 Fillets sole, buto at, inalis ang balat
¼ tasang tinimplahan na harina
2 ounces Prosciutto di San Daniele, hiniwa nang manipis, tinadtad
Sarap ng 2 dalandan, dagdag pa
Juice ng 1 orange
1 kurot na kanela
2 ounces Extra virgin olive oil
½ pulang sibuyas, hiniwa, manipis na papel

Linisin ang dalawang bungkos na red chard (alisin ang mga dahon para sa ibang gamit). Gupitin ang mga tangkay sa hiwa na dulo hanggang 6 na pulgada ang haba.

Pakuluan ang isang litrong tubig at i-set up ang ice bath. Magluto ng mga tangkay ng 3 hanggang 4 na minuto sa kumukulong tubig hanggang lumambot at mabigla sa tubig na yelo. Alisin at alisan ng tubig. Gupitin sa ¼-inch julienne at ilagay sa mangkok. Sa isang 8-pulgadang non-stick pan, painitin ang virgin olive oil hanggang umusok. I-dredge ang mga solong fillet sa tinimplahan na harina at ilagay sa kawali. Magluto sa isang gilid hanggang sa ginintuang kayumanggi, mga dalawang minuto. Lumiko at magluto ng 30 segundo pa sa kabilang panig. Alisin sa mainit na plato.

Magdagdag ng mga tangkay ng chard sa kawali at timplahan ng asin at paminta. Magdagdag ng prosciutto, orange zest, kanela, langis ng oliba at pulang sibuyas at ihagis sa coat, mga 30 segundo. Tilamsik ng isang kutsarang orange juice at ihagis muli. Timplahan ng asin at paminta at hatiin sa apat na plato. Maglagay ng isang fillet ng solong sa bawat plato at ihain.

PASTA

48.   Lasagne ng ligaw at kakaibang mushroom

Gumagawa: 9 servings

MGA INGREDIENTS:
- 2 kutsarang langis ng oliba
- 1 malaking sibuyas; tinadtad
- 2-onsa prosciutto di parma; pinong tinadtad
- 2 kutsarang tinadtad na shallots
- 2 kutsarang tinadtad na bawang
- ½ tasa ng pinong tinadtad na perehil
- 1 pounds sari-sari ligaw at kakaibang mushroom
- 2 kutsarang tinadtad na basil
- 1 kutsarang tinadtad na sariwang oregano
- ⅔ tasa ng tuyong puting alak
- 1½ libra de-latang durog na kamatis; hanggang 2 pounds
- 2 tasang sariwang ricotta cheese
- 1 itlog
- 2 tasang gadgad na Parmigiano-Reggiano cheese
- ½ tasang gadgad na mozzarella cheese
- 1 asin; sa panlasa
- 1 sariwang giniling na itim na paminta
- 1 libra na sariwang pasta sheet na hiniwa sa lasagnas; mga biyahe, blanched,
- ½ tasang mabigat na cream
- ¼ tasa ng gatas
- 8 tuyong dahon ng basil

MGA TAGUBILIN:
a) Painitin ang oven sa 350 degrees. Langis nang bahagya ang isang 13- by 9-inch na parihabang baking dish. Sa isang malaking Sauté pan, painitin ang langis ng oliba.
b) Kapag mainit na ang mantika, igisa ang mga sibuyas at prosciutto sa loob ng mga 4 na minuto o hanggang sa malanta ang mga sibuyas at bahagyang mag-caramelize.
c) Haluin ang ½ tasang perehil, shallots at mushroom. Igisa ng 10 minuto o hanggang sa maging golden brown ang mushroom. Timplahan ng asin at paminta.

d) Haluin ang bawang, basil at oregano. Salain ang pinaghalong mushroom at ireserba ang likido. Ilagay muli ang likido sa kawali at bawasan hanggang sa maging glaze ang likido, mga 5 minuto. Paminsan-minsan na pagkayod sa mga gilid upang lumuwag ang anumang mga particle.

e) Idagdag ang alak at sundin ang parehong proseso. Idagdag ang mga kamatis at magpatuloy sa pagluluto ng 10 minuto.

f) Timplahan ng asin at paminta. Idagdag ang pinaghalong mushroom sa sarsa.

g) Sa isang mixing bowl, pagsamahin ang Ricotta cheese, itlog, natitirang parsley, ½ tasang grated Parmigiano-Reggiano cheese, at Mozzarella cheese.

h) Timplahan ng asin at paminta. Para mag-assemble, magsandok ng kaunting sauce sa ilalim ng baking dish. Budburan ng Parmesan cheese. Maglagay ng isang layer ng pasta sa ibabaw ng sauce. Ikalat ang keso sa ibabaw ng pasta.

i) Paghaluin ang cream sa anumang natitirang keso.

j) Timplahan ng asin at paminta. Ibuhos sa ibabaw ng lasagna. Takpan ang lasagna. Maghurno sa loob ng 30 minutong may takip at 10 hanggang 15 minutong walang takip, o hanggang ang lasagna ay maging ginintuang kayumanggi at itakda.

k) Alisin ang lasagna sa oven at hayaang magpahinga ng 10 minuto bago hiwain. Maglagay ng bahagi ng lasagna sa gitna ng plato.

l) Palamutihan ng grated cheese at fried basil leaves.

49. Basil at Prosciutto-Wrapped Halibut

Gumagawa: 2 servings

MGA INGREDIENTS:
- 6 na dahon ng basil
- 2 hiwa ng prosciutto
- 2 (4 onsa) fillet halibut
- ½ kutsarita ng adobo seasoning
- 1 kutsarang langis ng oliba

MGA TAGUBILIN:
e) Painitin ang hurno sa 400 degrees F (200 degrees C).
f) Maglagay ng 3 dahon ng basil sa bawat hiwa ng prosciutto. Timplahan ng Adobo seasoning ang mga fillet ng halibut, ilagay ang mga ito sa isang gilid ng mga inihandang hiwa ng prosciutto, at balutin ang mga fillet ng isda gamit ang prosciutto at basil.
g) Magtakda ng oven-safe skillet sa medium-high heat. Kapag mainit na ang kawali, ibuhos ang langis ng oliba at ilagay ang nakabalot na halibut fillet sa kawali.
h) Lutuin ang mga fillet hanggang ang prosciutto ay ginintuang kayumanggi, mga 4 na minuto. I-flip ang mga fillet at ilipat ang kawali sa preheated oven. Maghurno hanggang sa matigas ang isda sa pagpindot at maluto, mga 5 minuto.

50. <u>Chicken Alfredo Lasagna</u>

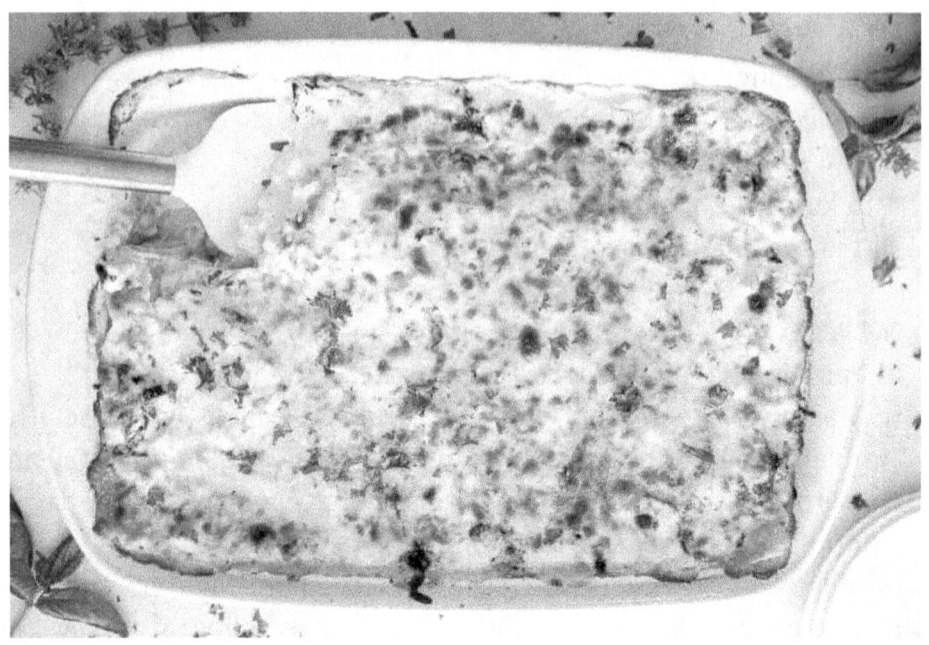

MGA INGREDIENTS:
- 4 na onsa ng manipis na hiniwang pancetta, gupitin sa mga piraso
- 3 onsa ng manipis na hiniwang prosciutto o deli ham, gupitin sa mga piraso
- 3 tasang ginutay-gutay na rotisserie na manok
- 5 tablespoons unsalted butter, cubed
- 1/4 tasa ng all-purpose na harina
- 4 na tasa ng buong gatas
- 2 tasang ginutay-gutay na Asiago cheese, hinati
- 2 tablespoons tinadtad sariwang perehil, hinati
- 1/4 kutsarita ng coarsely ground pepper
- Kurutin ang ground nutmeg
- 9 no-cook lasagna noodles
- 1-1/2 tasa na ginutay-gutay na part-skim mozzarella cheese
- 1-1/2 tasa ginutay-gutay na Parmesan cheese

MGA TAGUBILIN:
a) Sa isang malaking kawali, lutuin ang pancetta at prosciutto sa katamtamang apoy hanggang sa maging browned. Patuyuin sa mga tuwalya ng papel. Ilipat sa isang malaking mangkok; ilagay ang manok at ihagis upang pagsamahin.

b) Para sa sarsa, sa isang malaking kasirola, matunaw ang mantikilya sa katamtamang init. Haluin ang harina hanggang makinis; unti-unting ihalo sa gatas. Dalhin sa isang pigsa, pagpapakilos patuloy; lutuin at haluin ng 1-2 minuto o hanggang lumapot. Alisan sa init; haluin ang 1/2 cup Asiago cheese, 1 kutsarang perehil, paminta at nutmeg.

c) Painitin ang hurno sa 375°. Ikalat ang 1/2 cup sauce sa isang greased na 13x9-in. baking dish. Layer na may ikatlong bahagi ng bawat isa sa mga sumusunod: noodles, sauce, meat mixture, Asiago, mozzarella at Parmesan cheeses. Ulitin ang mga layer nang dalawang beses.

d) Maghurno, sakop, 30 minuto. Alisan ng takip; maghurno ng 15 minuto pa o hanggang bubbly. Budburan ng natitirang perehil. Hayaang tumayo ng 10 minuto bago ihain.

51. Penne na may Vodka Sauce

Gumagawa: 4

MGA INGREDIENTS:
- 16 oz. penne pasta
- 1 kutsarang langis ng oliba
- 1 hiniwang sibuyas
- 3 tinadtad na sibuyas ng bawang
- ¼ lb. tinadtad na prosciutto
- 28 oz. de-latang durog na kamatis
- 1 tasang tomato sauce
- ½ tasa ng vodka
- 1 tasang mabigat na cream
- 1 tasang Parmesan cheese
- ½ tasa tinadtad na sariwang dahon ng basil
- ¼ kutsarita ng thyme
- 1 kutsarang tinadtad na perehil
- Asin sa panlasa
- 1 kutsarita ng asukal

MGA TAGUBILIN:
a) Lutuin ang pasta sa isang palayok ng inasnan na tubig sa loob ng 10 minuto. Alisan ng tubig.
b) Init ang mantika sa isang malaking kawali o ibang kaldero.
c) Igisa ang sibuyas, bawang, prosciutto sa loob ng 2 minuto.
d) Ilagay ang dinurog na kamatis at tomato sauce.
e) Haluin at kumulo ng 5 minuto.
f) Idagdag ang vodka at mabigat na cream at kumulo sa loob ng 20 minuto.
g) Timplahan ng basil, thyme, perehil, asin, at asukal.
h) Tikman at ayusin ang pampalasa.
i) Haluin ang nilutong pasta at parmesan cheese at kumulo ng 5 minuto.

52. Lemon basil pasta na may brussels sprouts

Gumagawa: 8

MGA INGREDIENTS:

- 1 (1-pound) box na long-cut pasta, gaya ng bucatini o fettuccine
- 4 na onsa ng manipis na hiniwang prosciutto, pinunit
- 3 kutsarang extra-virgin olive oil
- 1 pound Brussels sprouts, hinati o hinati kung malaki
- Kosher na asin at sariwang giniling na paminta
- 2 kutsarang balsamic vinegar
- 1 jalapeño pepper, seeded at tinadtad
- 1 kutsarang sariwang dahon ng thyme
- 1 tasang Lemon Basil Pesto
- 4 ounces 'goat cheese, gumuho
- ⅓ tasang gadgad na Manchego cheese
- Zest at juice ng 1 lemon

MGA TAGUBILIN:
a) Painitin muna ang oven sa 375°F.
b) Pakuluan ang isang malaking palayok ng tubig na inasnan sa mataas na apoy. Idagdag ang pasta at lutuin ayon sa mga direksyon ng pakete hanggang sa al dente. Magreserba ng 1 tasa ng tubig para sa paglluluto ng pasta, pagkatapos ay alisan ng tubig.
c) Samantala, ayusin ang prosciutto sa isang pantay na layer sa isang parchment paper-lined baking sheet. Maghurno hanggang malutong, 8 hanggang 10 minuto.
d) Habang nagluluto ang pasta at nagluluto ang prosciutto, initin ang langis ng oliba sa isang malaking kawali sa katamtamang init. Kapag ang mantika ay kumikinang, idagdag ang Brussels sprouts at lutuin, paminsan-minsan, pagpapakilos, hanggang sa ginintuang kayumanggi, 8 hanggang 10 minuto. Timplahan ng asin at paminta. Bawasan ang init sa medium-low at idagdag ang suka, jalapeño, at thyme at lutuin hanggang ang mga sprouts ay makintab, 1 hanggang 2 minuto pa.
e) Alisin ang kawali mula sa apoy at idagdag ang pinatuyo na pasta, ang pesto, keso ng kambing, Manchego, lemon zest, at lemon juice.

Magdagdag ng humigit-kumulang ¼ tasa ng tubig na niluluto ng pasta at haluin upang makagawa ng sarsa.

f) Magdagdag ng 1 kutsara ng higit pa sa isang pagkakataon hanggang sa maabot ang iyong ninanais na pagkakapare-pareho. Tikman at magdagdag ng higit pang asin at paminta kung kinakailangan.

g) Hatiin ang pasta nang pantay-pantay sa walong mangkok o plato at itaas ang bawat isa ng malutong na prosciutto.

53. Fettuccine al prosciutto

Gumagawa: 4 na servings

MGA INGREDIENTS:
- 6 ounces Prosciutto
- 4 ounces Mantikilya
- 2 kutsarang tinadtad na sibuyas
- asin
- Bagong giniling na itim na paminta
- 1 libra sariwang fettuccine
- ⅔ tasa Bagong gadgad na Parmesan

a) Ihiwalay ang MATABA AT LEAN na bahagi ng prosciutto. Gupitin ang taba ng magaspang; gupitin ang lean sa ½-pulgada na mga parisukat.
b) Matunaw ang mantikilya sa isang kawali.
c) Magdagdag ng sibuyas at prosciutto fat at igisa ng 5 minuto.
d) Alisan ng tubig sa isang colander ngunit hindi masyadong lubusan: iwanan ang mga ito ng bahagyang basa-basa.
e) Ilipat ang fettuccine sa isang heated serving bowl. Ihagis ang buong nilalaman ng sauté pan. Magdagdag ng gadgad na keso at higit pang sariwang giniling na paminta, at ihagis muli. Ilagay ang nakareserbang prosciutto sa itaas at ihain nang sabay-sabay.

54. Fettucine pine nuts prosciutto at sun dried tomatoes

Gumagawa: 2 servings

MGA INGREDIENTS:
6 ounces Fettucine; sariwa
2 kutsarang langis ng oliba
½ kutsarita ng Bawang; tinadtad
1 kutsarang Pine nuts
1 hiwa ng Prosciutto; julienned
2 kamatis na pinatuyong araw; tinadtad
½ tasang stock ng manok
6 dahon ng basil; julienned
1 kutsarang Shaved Parmesan cheese
Asin at paminta
1 kutsarita Mantikilya
½ kutsarita ng luya; tinadtad

Sa isang malaking palayok na kumukulo, lutuin ang inasnan na tubig ng fettucine hanggang lumambot, 1½ minuto, alisan ng tubig at itabi.

Init ang isang kawali hanggang sa napakainit at magdagdag ng langis ng oliba. Magdagdag ng bawang, pine nuts, prosciutto at sun-dried tomatoes. Igisa hanggang sa maging ginto ang pine nuts. Magdagdag ng stock ng manok, basil at Parmesan, pakuluan at bawasan ang likido ng ½. Magdagdag ng noodles at ihalo nang mabuti. Timplahan ng asin at paminta ayon sa panlasa. Magdagdag ng mantikilya at luya at ihagis muli. Ihain kaagad.

55. Fettuccine na may prosciutto at asparagus

Gumagawa: 4 na servings

MGA INGREDIENTS:
½ libra ng Asparagus, sa 1 pulgadang piraso.
2 kutsarang Mantikilya
½ tasang sibuyas, tinadtad
4 onsa Prosciutto
1 kutsarang Mantikilya
1 kutsarang harina
½ tasang Cream
1 libra Fettuccine
½ tasang Parmesan cheese na bagong gadgad
Bagong giniling na paminta

Lutuin ang asparagus hanggang malambot; alisan ng tubig. Bawasan ang tubig sa pagluluto sa ½ tasa. Matunaw ang mantikilya sa isang kawali sa katamtamang init. Idagdag ang sibuyas at lutuin hanggang mabango. Haluin ang prosciutto at igisa. Gumawa ng roux ng harina at mantikilya; idagdag ang nakareserbang tubig at cream ng asparagus. Haluin at init hanggang lumapot ang sauce. Idagdag ang asparagus at prosciutto at ihalo. Samantala, lutuin ang pasta. Kapag ang pasta ay luto na ng al dente, alisan ng tubig ito at ihagis ito sa sarsa, idagdag ang gadgad na keso. Ihain at idagdag ang bagong gadgad na paminta sa panlasa.

56. Fusilli na may prosciutto at mga gisantes

Gumagawa: 1 servings

MGA INGREDIENTS:
2 kutsarang langis ng oliba
2 kutsarang Mantikilya
1 tinadtad na karot
1 tinadtad na tangkay ng kintsay
1 tinadtad na maliit na sibuyas
6 Manipis na hiwa prosciutto - tinadtad
½ tasa ng puting alak
2 12 oz. conta pilit na mga kamatis; (Pomi brand)
1 tasang gisantes
1 libra Lutong fusilli pasta

MGA TAGUBILIN:
Init ang langis ng oliba, mantikilya sa isang malaking palayok ng sarsa. Idagdag ang tinadtad na karot, kintsay at sibuyas. Igisa saglit hanggang lumambot. Idagdag ang prosciutto, white wine, at pilit na kamatis. Magluto ng halos 30 minuto sa mahinang apoy upang pagsamahin ang mga lasa. Tapusin sa mga gisantes at haluin upang pagsamahin. Ihagis ang mainit na pasta na may sarsa. Palamutihan ng sariwang basil at parmesan cheese.

57. Fusilli na may shiitake, broccoli rabe at prosciutto sauce

Gumagawa: 4 na servings

MGA INGREDIENTS:
- 1 libra Fusilli pasta
- 1 libra Broccoli rabe; pinutol, at Gupitin sa 1 pulgadang piraso

PARA SA SAUCE
- ½ tasa ng langis ng oliba
- ½ tasa tinadtad na shallots
- 1 sibuyas ng bawang; tinadtad
- 6 ounces Shiitake mushroom - (hanggang 8 oz); pinutol, hiniwa
- 6 ounces Prosciutto o katulad na cured ham -(hanggang 8 oz); gupitin ang maliliit na dice, O mga piraso
- ½ kutsarita Pinatuyong mainit na pulang paminta na mga natuklap (hanggang 1 tsp.); o sa panlasa
- ⅓ tasa ng sabaw ng manok o sabaw
- 2 kutsarang tinadtad na sariwang perehil
- 2 kutsarang tinadtad na sariwang chives
- 2 kutsarang sariwang tarragon

GARNISH
- Bagong gadgad na keso ng Parmesan; (opsyonal)

Mga sari-saring kamatis; (opsyonal)

a) Una gawin ang sauce. Sa isang kawali init ng langis. Magdagdag ng mga shallots at lutuin, pagpapakilos ng 1 minuto.

b) Pagkatapos ay idagdag ang mga kabute at lutuin, paminsan-minsang pagpapakilos sa loob ng 5 minuto, o hanggang ang mga kabute ay bahagyang ginintuang.

c) Ngayon, haluin ang bawang, prosciutto, at red pepper flakes at lutuin ng 30 minuto, at pagkatapos ay idagdag ang stock ng manok o sabaw at kumulo ng 1 minuto.

d) Para sa iyong pasta, magdala ng isang malaking palayok ng tubig sa kumukulo.

e) Kapag handa na ang tubig, idagdag ang iyong pasta. Tandaan na simulan ang iyong oras ng pagluluto kapag ang tubig ay bumalik sa kumukulo, hindi kapag idinagdag mo ang pasta.

f) Lutuin ang iyong pasta ayon sa mga direksyon ng pakete, pagkatapos ng 6 na minuto ng pagluluto, idagdag ang broccoli rabe sa pagluluto ng pasta.

g) Patuyuin ang pasta at broccoli rabe sa isang colander at ilipat sa isang serving dish. Ibabaw ng sarsa, haluing mabuti. Palamutihan kung ninanais.

58. Pappardelle na may prosciutto at mga gisantes

Gumagawa: 1 servings

MGA INGREDIENTS:
¼ tasa tinadtad na prosciutto
1 tasang gisantes
1 tasa ng mabigat na cream
1 tasa Kalahati at kalahati
⅓ tasa Grated Asiago cheese
1 libra Lasagne noodles

MGA TAGUBILIN:
Mag-init ng malaking kawali hanggang mainit. Idagdag ang minced prosciutto at lutuin ng halos tatlong minuto hanggang malambot, ngunit hindi malutong. Idagdag ang mga gisantes at ihalo upang pagsamahin. Ibuhos ang mabigat na cream at kalahati at kalahati. Idagdag ang Asiago cheese at bawasan ang init sa mababang. Hayaang kumulo nang dahan-dahan ang sauce sa loob ng limang minuto, madalas na pagpapakilos para matunaw ang keso at bahagyang lumapot ang cream. Timplahan ng paminta. Upang gumawa ng pappardelle, kunin ang lasagne noodles at gupitin ito sa mahabang piraso na humigit-kumulang 1" ang lapad. Ihulog ang mga piraso sa inasnan na tubig na kumukulo at lutuin hanggang lumambot. Upang ihain, ihagis ang nilutong pasta kasama ng sarsa ng keso.

59. **Pasta na may basil at prosciutto**

Gumagawa: 4 Servings

MGA INGREDIENTS:
1 libra Pasta; Penne
1 kutsarang Olive Oil
1 sibuyas na Bawang; Tinadtad
⅓ libra Prosciutto; Tinadtad
1 onsa sariwang dahon ng Basil
4 na kutsarang Nonfat Yogurt; Natuyo
asin; Upang Tikman
Bagong Giniling na Paminta; Upang Tikman

Pakuluan ang isang malaking kasirola ng bahagyang inasnan na tubig at lutuin ang penne hanggang al dente.

Habang nagluluto ang pasta, initin ang langis ng oliba sa isang kawali at saglit na iprito ang bawang hanggang sa magsimula itong maging kayumanggi. Idagdag ang tinadtad na prosciutto at iprito sa loob ng dalawa o tatlong minuto hanggang sa ito ay magsimulang mag-brown. Alisin ang kawali mula sa init.

Alisan ng tubig ang nilutong pasta sa isang colander at ibalik ito sa kasirola.

Chiffonade ang basil at idagdag ito sa pasta kasama ang prosciutto at bawang.

Timplahan ng asin at paminta ang pasta at ihalo ang mga sangkap. Kutsara ang yogurt sa mainit na pasta at haluin hanggang bahagyang mabalot. Ilipat sa isang pinainit na ulam at ihain.

60. **Pasta roll na pinalamanan ng prosciutto**

Gumagawa: 15 servings

MGA INGREDIENTS:
- 3 tasang All-purpose na harina
- 3 Itlog
- 3 libra Sariwang kangkong, hinugasan at may tangkay
- 3 tasang Ricotta cheese
- 3 Itlog
- 1½ kutsarang sariwang gadgad na nutmeg
- 1½ tasa Grated Parmesan cheese
- Asin at sariwang giniling na paminta
- ½ tasa Plus 1 T tubig
- 1½ kutsarang Olive oil
- 24 Mga hiwa na manipis na papel prosciutto
- 18 ounces Mozzarella cheese, hiniwa nang manipis
- Langis ng oliba
- Pinatuyo sa araw na Tomato Vinaigrette

Para sa pasta: Ilagay ang harina sa malaking mangkok. Paghaluin ang mga itlog, tubig at langis; idagdag sa harina at haluing mabuti. Knead sa floured surface hanggang makinis at elastic, mga 10 minuto. Takpan at hayaang magpahinga ng 15 minuto.

Para sa pagpuno: Ilagay ang spinach sa mabigat na malaking kawali sa katamtamang init.

Takpan at lutuin hanggang matuyo, paminsan-minsang pagpapakilos. Alisan ng tubig. Pigain ang tuyo. I-chop ang spinach. Paghaluin ang ricotta, itlog at nutmeg sa malaking mangkok. Haluin ang spinach at Parmesan. Timplahan ng asin at paminta.

Putulin ang ⅓ ng kuwarta. I-roll out sa bahagyang pinahiran ng harina nang manipis hanggat maaari. Gupitin sa 18x11-pulgadang parihaba. Ikalat na may ⅓ ng spinach mixture, na nag-iiwan ng ½-inch na hangganan sa lahat ng panig. Takpan ang pagpuno ng 8 hiwa ng prosciutto, pagkatapos ay ⅓ ng mozzarella. Tiklupin ang 1 pulgada ng bawat mahabang gilid sa ibabaw ng pagpuno. Hugasan ng tubig ang mga gilid ng maikling dulo. Simula sa 1 maikling dulo, roll pasta up jelly roll fashion. I-wrap sa cheesecloth at itali gamit ang string upang hawakan ang hugis. Ulitin sa natitirang kuwarta at pagpuno.

Pakuluan ang 2 pulgadang tubig sa malaking kawali sa ibabaw ng kalan. Magdagdag ng pasta roll. Bawasan ang init, takpan at kumulo ng 35 minuto.

Gamit ang 2 spatula, alisin ang mga roll at palamig. Dahan-dahang alisin ang string at cheesecloth. Balutin nang mahigpit at palamigin sa magdamag.

Gupitin ang mga pasta roll sa ½ pulgadang makapal na hiwa. Ayusin sa pinggan. Brush na may langis ng oliba. Ihain sa temperatura ng silid na may Sun-dried Tomato Vinaigrette.

61. Party pasta na may prosciutto

Gumagawa: 6 Servings

MGA INGREDIENTS:
1 pack (12-ounce) spinach fettuccine
½ tasa ng mantikilya; hinati
2 tasa Manipis na piraso ng prosciutto; (mga 1/3 pound)
5½ tasa Whipping cream
1 lata (14-onsa) artichoke na puso; pinatuyo at hiniwa sa kalahati
½ tasa tinadtad na sariwa o frozen na chives

Magluto ng pasta ayon sa mga direksyon ng pakete; alisan ng tubig. Matunaw ang ¼ cup butter sa Dutch oven sa katamtamang init. Magdagdag ng prosciutto; igisa hanggang mag browned. Alisan ng tubig.
Itabi.
Matunaw ang natitirang ¼ cup butter sa Dutch oven sa katamtamang init. Magdagdag ng nilutong pasta, whipping cream, artichoke hearts, at ¼ cup chives; ihagis ng marahan.
Ilipat sa serving platter; budburan ng prosciutto at natitirang chives. Ihain kaagad.

62. Tortellini na may mga gisantes at prosciutto

Gumagawa: 4 na servings

MGA INGREDIENTS:
15 onsa Tortellini; keso
1½ tasang Whipping cream
1 x Nutmeg; bagong gadgad na kurot
6 na kutsarang Parmesan; bagong gadgad
¾ tasa ng mga gisantes; frozen na maliliit na lasaw
1½ onsa Prosciutto; taba trimmed cut
1 x Asin at sariwang giniling na paminta

Magluto ng tortellini sa malaking kaldero ng kumukulong inasnan na tubig hanggang sa bahagyang lumambot, paminsan-minsang hinahalo upang maiwasan ang pagdikit. Patuyuin nang maigi.

Samantala, pakuluan ang cream sa mabigat na malaking kasirola. Bawasan ang init.

Magdagdag ng nutmeg at kumulo hanggang bahagyang lumapot, mga 8 minuto.

Ibalik ang tortellini sa palayok. Magdagdag ng mainit na cream, Parmesan, mga gisantes at prosciutto. Pakuluan sa mahinang apoy hanggang sa lumambot ang tortellini at lumapot ang sarsa, hinahalo paminsan-minsan, mga 4 na minuto. Timplahan ng asin at paminta. Hatiin sa apat na mainit na mangkok at ihain.

SALADS AT GILID

63. <u>Melon Prosciutto Salad</u>

MGA INGREDIENTS:
- 1/2 hinog na cantaloupe
- 1/2 hinog na honey dew
- 8 ounces prosciutto

a) Binhi at balatan ang mga melon, at gupitin ang mga ito sa 1-pulgadang tipak (o gumamit ng melon bailer).
b) I-chop ang prosciutto, ihalo ang lahat, at ihain.

64. **Arugula Salad at Oyster Mushroom**

Gumagawa: 4 – 6

MGA INGREDIENTS:
- 3 kutsarang extra-virgin olive oil
- ½-pound oyster mushroom, makapal na hiniwa
- Asin at sariwang giniling na paminta
- 2 kutsarang balsamic vinegar
- ½ kutsarita ng pinong gadgad na lemon zest
- 2 inner celery ribs, hiwa sa matchsticks, kasama ang julienned celery leaves, para sa dekorasyon
- 5 tasang baby arugula
- 3 ounces Pecorino Romano o iba pang matalas na keso, na inahit gamit ang isang pang-balat ng gulay
- 3 onsa na hiniwang manipis na prosciutto di Parma

MGA TAGUBILIN:
a) Sa isang malaking nonstick skillet, painitin ang 1 kutsara ng olive oil. Idagdag ang mushroom at timplahan ng asin at paminta.
b) Magluto sa katamtamang mataas na apoy, pagpapakilos paminsan-minsan, hanggang malambot at bahagyang kayumanggi, mga 6 na minuto. Ilipat ang mga mushroom sa isang mangkok at hayaang lumamig.
c) Sa isang malaking mangkok, haluin ang suka na may lemon zest at ang natitirang 2 kutsara ng langis ng oliba. Timplahan ng asin at paminta. Idagdag ang celery matchsticks, arugula at mushroom at dahan-dahang ihagis.
d) Ilipat ang salad sa isang malaking platter o mangkok, itaas ang Pecorino Romano, prosciutto at dahon ng kintsay. Ihain kaagad.

65. Fig, ham, at nectarine salad sa wine syrup

Ginagawa: 1 serving

MGA INGREDIENTS:
- ½ tasa ng tuyong puting alak
- ½ tasang Tubig
- ¼ tasa ng Asukal
- 2 pints Sariwang berde at/o purple na igos; stemmed
- 2 malaking firm-ripe nectarine
- ¼-pound) piraso ng ham o prosciutto, gupitin sa mga piraso
- Mint sprigs at/o sariwang dahon ng ubas para palamuti

MGA TAGUBILIN:

a) Sa isang maliit na kasirola, pakuluan ang alak at tubig na may asukal hanggang sa matunaw ang asukal, mga 3 minuto, at alisin ang kawali mula sa init. Palamig nang bahagya ang wine syrup at palamigin. Ang wine syrup ay maaaring gawin 1 linggo nang mas maaga at pinalamig, tinakpan.

b) Hatiin ang mga igos at gupitin ang mga nectarine sa manipis na mga wedge. Sa isang mangkok, dahan-dahang ihagis ang prutas na may ham o prosciutto at kalahati ng wine syrup.

c) Ayusin ang salad sa isang platter at ibuhos ang natitirang wine syrup dito. Palamutihan ang salad na may mint at/o mga dahon ng ubas.

66. Roasted Green Beans na may prosciutto

Gumagawa: 2

MGA INGREDIENTS:
- ⬚ 4 na hiwa ng prosciutto
- ⬚ ¼ pound green beans, pinutol ang mga dulo
- ⬚ 1 maliit na dilaw na sibuyas, hiniwa
- ⬚ 1 kutsarang canola oil

MGA TAGUBILIN:
a) Painitin muna ang iyong Digital Air Fryer Oven sa 350 °F sa loob ng ilang minuto.
b) Sa isang ninja oven basket at ilagay ang prosciutto at I-BAKE ito ng 5 minuto sa 390 °F.
c) Kumuha ng isang mangkok at ihalo ang natitirang mga sangkap.
d) Ilabas ang prosciutto mula sa oven.
e) Ilagay ang mga gulay sa isang oven basket, at Air Fry ang mga ito sa loob ng 15 minuto.
f) Durugin ang prosciutto at iwiwisik ito sa ibabaw ng inihaw na green beans.
g) Enjoy.

67. Prosciutto na Nakabalot ng Asparagus

Gumagawa: 6

MGA INGREDIENTS:
- 18 asparagus, pinutol
- 6 na hiwa ng prosciutto, hiniwa sa mahabang manipis na piraso

MGA TAGUBILIN:
a) Pagulungin ang bawat strip ng prosciutto sa paligid ng sibat ng asparagus.
b) Ilagay sa air fryer basket at lutuin sa 180ºC, sa loob ng 7 minuto.

68.   Antipasto Salad

MGA INGREDIENTS:
- 1 malaking ulo o 2 puso romaine tinadtad
- 4 ounces 'prosciutto na hiwa sa mga piraso
- 4 ounces' salami o pepperoni cubed
- ½ tasang puso ng artichoke na hiniwa
- ½ tasa ng olibo na pinaghalong itim at berde
- ½ tasang mainit o matamis na sili na adobo o inihaw
- Italian dressing sa panlasa

MGA TAGUBILIN:
a) Pagsamahin ang lahat ng mga sangkap sa isang malaking mangkok ng s
b) Ihagis gamit ang Italian dressing.

69. Antipasto snack box para sa dalawa

MGA INGREDIENTS:
- 2 onsa ng manipis na hiniwang prosciutto
- 2 onsa' salami, cubed
- 1-onsa na gouda cheese, hiniwa nang manipis
- 1-onsa na Parmesan cheese, hiniwa nang manipis
- ¼ tasa ng mga almendras
- 2 kutsarang berdeng olibo
- 2 kutsarang itim na olibo

MGA TAGUBILIN:
a) Ilagay ang prosciutto, salami, keso, almond, at olive sa isang lalagyan ng paghahanda ng pagkain.
b) Takpan at palamigin ng hanggang 4 na araw.

70. Fig at Prosciutto Salad

Gumagawa: 2

MGA INGREDIENTS:
- 1 dosenang sariwang igos ng California
- 4 ounces hiniwang prosciutto
- 4 ounces Manchego cheese
- 2 dakot ng wild arugula rocket
- 1/4 tasa ng adobong olibo
- 1 kutsara ng fig balsamic vinegar, o iba pang magandang kalidad na balsamic
- 1 kutsarang langis ng oliba
- Asin at paminta para lumasa

MGA TAGUBILIN:
a) Hugasan, tangkayin at i-quarter ang mga igos. Pantay na espasyo sa isang malaking board o tray.
b) Hatiin ang bawat hiwa ng prosciutto sa kalahati at ilagay sa pisara kasama ang mga igos.
c) Gamit ang isang vegetable peeler, ahit ang Manchego cheese sa manipis na hiwa at iwiwisik ang mga igos at keso. Itaas ang mga olibo at arugula.
d) Subukang maging matalino tungkol sa pagkakalagay ng bawat item. Ito ay hindi isang tossed salad at dapat magmukhang kaswal na eleganteng. Ibuhos ang tuktok ng salad na may balsamic vinegar at langis. Budburan ng asin at paminta sa panlasa at ihain kaagad.

71. Grapefruit, Avocado, at Prosciutto Breakfast Salad

MGA INGREDIENTS:
- 1 maliit na ruby red grapefruit
- 2 tasang tinadtad na walang balat, walang buto na rotisserie na dibdib ng manok
- ¾ kutsarita ng dark sesame oil
- ⅛ kutsarita ng sariwang giniling na itim na paminta
- Dash ng kosher salt
- 1 tasang micro greens, baby arugula, o punit na lettuce
- ½ hinog na binalatan na abukado, hiniwa nang manipis
- ¾ tasa ng mga sariwang tipak ng pinya
- 1/2 tasa tinadtad na Granny Smith na mansanas
- ¼ tasa ng karot
- 1/4 tasa ng Edamame
- 1 napakanipis na hiwa ng prosciutto
- natitirang Hummus
- 3 kutsarang tinadtad na toasted hazelnuts
- multi-seed crackers

MGA TAGUBILIN:
a) Balatan ang suha; gupitin ang mga seksyon mula sa suha sa isang medium na mangkok. Pisilin ang mga lamad upang kunin ang humigit-kumulang 1 kutsarang katas.
b) Itabi ang mga seksyon. Magdagdag ng langis, paminta, at asin sa juice, pagpapakilos gamit ang isang whisk. Magdagdag ng mga gulay; ihagis sa amerikana.
c) Ayusin ang mga gulay sa isang plato; itaas na may mga seksyon ng grapefruit, abukado, pinya, edamame, karot at prosciutto.
d) Ihain kasama ng Hummus, hazelnuts at multi-seed crackers.

72. Roasted Sweet Potato at Prosciutto Salad

Gumagawa: 8

MGA INGREDIENTS:
- Honey 1 kutsarita
- Lemon juice 1 kutsara
- Mga berdeng sibuyas (hinati at hiniwa) 2
- Matamis na pulang paminta (pinong tinadtad) 1/4 tasa
- Pecans (tinadtad at toasted) 1/3 tasa
- Mga labanos (hiniwa) 1/2 tasa
- Prosciutto (manipis na hiniwa at julienned) 1/2 tasa
- Paminta 1/8 kutsarita
- 1/2 kutsarita Asin (hinati)
- 4 na kutsarang langis ng oliba (hinati)
- 3 kamote, katamtaman (binalatan at pinutol sa 1 pulgada)

a) Sa 400 degrees F, painitin muna ang oven. Ilagay ang kamote sa isang greased baking pan (15x10x1 inches).

b) Magpahid ng 2 kutsarang mantika at magwiwisik ng 1/4 kutsarita ng asin at paminta at ihagis ng maayos. Inihaw ng kalahating oras, at pana-panahon pa rin.

c) Magwiwisik ng prosciutto sa ibabaw ng kamote at igisa ito ng 10 hanggang 15 minuto hanggang malambot ang kamote at maging malutong ang prosciutto.

d) Ilipat ang timpla sa isang malaking mangkok, at hayaan itong lumamig nang bahagya.

e) Idagdag ang kalahati ng berdeng sibuyas, pulang paminta, pecan, at labanos. Kumuha ng maliit na sukat na mangkok, haluin ang asin, ang natitirang langis, pulot, at lemon juice hanggang sa mahusay na pinaghalo.

f) Ibuhos ito sa salad; ihagis nang maayos upang pagsamahin. Budburan ang natitirang berdeng sibuyas.

73. Inihaw na beef prosciutto salad

Gumagawa: 1 Bahagi

MGA INGREDIENTS:
- ½ tasa ng langis ng oliba
- 3 cloves ng bawang; magaspang na diced
- 4 na sprigs ng rosemary
- 8 onsa; karne ng baka
- Asin at sariwang giniling na itim na paminta
- 2 limon; inihaw
- 1 kutsarang coarsely diced shallot
- 1 kutsara Coarsely diced sariwang rosemary
- 3 cloves inihaw na bawang
- ½ tasa ng langis ng oliba
- Asin at sariwang giniling na paminta
- 8 tasa Diced romaine lettuce
- Inihaw na Lemon-grilled Garlic Vinaigrette
- 8 mga segment Prosciutto; julienned
- 12 Scallions; inihaw at diced
- 2 pulang kamatis; diced
- 2 dilaw na kamatis; diced
- 1½ tasa Durog na Gorgonzola
- Inihaw na Beef Tenderloin; diced
- 4 matapang na itlog; binalatan at tinadtad
- 2 Haas avocado; binalatan, binalatan
- Diced chives
- 8 cloves inihaw na bawang
- 2 Sticks unsalted butter; lumambot
- Asin at sariwang giniling na paminta
- 16 na segment ng tinapay na Italyano; Naka-segment na 1/4-inch
- ¼ tasa Pinong diced parsley
- ¼ tasa Pinong diced oregano

MGA TAGUBILIN:

a) Paghaluin ang langis, bawang at rosemary sa isang maliit na mababaw na baking dish. Idagdag ang karne ng baka at ihalo sa amerikana. Takpan at palamigin nang hindi bababa sa 2 oras o magdamag. Hayaang umupo sa temperatura ng silid sa loob ng 30 minuto bago mag-ihaw

b) Painitin ang grill. Kunin ang karne ng baka mula sa brine, timplahan ng asin at paminta sa panlasa at ihaw ng 4 hanggang 5 minuto sa bawat panig para sa katamtamang pambihirang pagkaluto.

74. Mga pusong artichoke at prosciutto

Gumagawa: 1 servings

MGA INGREDIENTS:
14 ounces Maaari artichoke puso, pinatuyo
⅓ libra Prosciutto, hiniwang papel na manipis
¼ tasa ng langis ng oliba
½ kutsarita ng pinatuyong thyme
½ kutsarita pinong gadgad na balat ng orange
Bagong giniling na paminta

a) I-wrap ang bawat artichoke heart sa isang slice ng prosciutto at i-secure gamit ang toothpick.
b) Sa isang hiwalay na mangkok, haluin ang langis ng oliba, thyme, orange peel at paminta.
c) Ihain sa temperatura ng kuwarto.

75. Fennel na may mushroom at prosciutto

Gumagawa: 8 Servings
MGA INGREDIENTS:
- 8 ulo haras
- 1¼ c sabaw ng manok
- ¾ c puting alak, bahagyang matamis
- 1 lb hiniwang mushroom
- 2 oz prosciutto, hiniwang manipis: at tinadtad

a) Putulin ang mga tangkay ng haras at mabalahibong gulay. Magreserba ng mga mabalahibong gulay, sapat na paggiling ang mga ito upang makagawa ng ¼ tasa. (Kung mauuna, palamigin ang 2 kutsarang tinadtad na gulay, gayundin ang natitirang mabalahibong mga sanga na gagamitin para palamutihan ang pinggan kapag inihain.) Magreserba ng mga tangkay ng haras para magamit sa mga sopas o stock.

b) Gupitin ang anumang mga brown spot mula sa mga bombilya; ayusin sa isang solong layer sa isang 5- hanggang 6-quart na kawali. Ibuhos ang sabaw at alak sa kanila; takpan at pakuluan sa mataas na apoy, pagkatapos ay kumulo hanggang sa malambot na haras kapag nabutas, 35 hanggang 45 minuto.

c) Itabi hanggang sapat na lumamig upang mahawakan: magreserba ng likido sa pagluluto.

d) Habang nagluluto ang haras, pagsamahin ang mga mushroom, prosciutto, at 2 kutsara ng minced fennel greens sa isang 8- hanggang 10-pulgadang nonstick na kawali.

e) Takpan at lutuin sa katamtamang init hanggang sa lumabas ang katas ng mushroom, mga 7 minuto.

f) Alisan ng takip at lutuin, madalas na pagpapakilos, hanggang ang likido ay sumingaw at ang mga kabute ay kayumanggi, mga 15 minuto; itabi.

g) Gamit ang isang maliit na kutsilyo at isang matalim na kutsara, i-scoop ang panloob na bahagi ng mga bumbilya ng haras upang magkaroon ka ng isang ¼-pulgada na kapal ng shell, na pinananatiling buo ang shell.

h) Kutsara ang pinaghalong mushroom nang pantay sa mga bombilya. Ayusin ang mga bombilya sa isang baking dish na sapat na malaki upang hawakan ang mga ito sa isang solong layer. Kutsara ang nakareserbang cooking liquid sa ibabaw nila.

i) Maghurno ng stuffed fennel bulbs, na natatakpan, sa 375F/190C oven sa loob ng 15 minuto; alisan ng takip at ipagpatuloy ang pagbe-bake hanggang mainit, mga 10 minuto pa (20 minuto kung maagang ginawa at pinalamig).

j) Ilipat ang mga bombilya sa isang serving platter; iwisik nang bahagya ang natitirang minced fennel greens, at palamutihan ang platter na may fennel sprigs.

76. Mango at prosciutto

Gumagawa: 50 Servings

MGA INGREDIENTS:
- ½ libra Pinong hiniwang prosciutto
- 5 Matigas na hinog na mangga, binalatan at gupitin sa 1 pulgadang piraso
- Lime wedges bilang isang saliw

I-quarter ang bawat hiwa ng prosciutto at balutin ang bawat quarter sa paligid ng isang piraso ng mangga, i-secure ito gamit ang isang kahoy na pick. Ayusin ang hors d'oeuvres sa isang pinalamig na pinggan at ihain ang mga ito kasama ng lime wedges.

77. Boconcini na may inihaw na zucchini salad at prosciutto

Gumagawa ng: 1 Servings

MGA INGREDIENTS:
- 1 libra Bocconcini; maliliit na bola ng Mozzarella
- 3 kutsara Extra virgin olive oil; kasama ang 3 kutsara
- 1 kutsarang tinadtad na sariwang dahon ng thyme
- 1 kutsarang tinadtad na sariwang dahon ng oregano
- ¼ kutsarita ng dinurog na pulang chili flakes
- Asin at paminta para lumasa
- 2 medium na Zucchini, humigit-kumulang 1 pound, hiniwa nang pahaba
- Sarap ng 1 lemon
- 1 bungkos na Chives, tinanggal ang mga dulo
- 2 medium Plum tomatoes, gupitin sa 1/4-inch dice
- 2 kutsarang Red wine vinegar
- 1 bungkos na Italian parsley, pinong tinadtad
- ¼ pounds Prosciutto, hiniwang papel na manipis ng butcher

Alisan ng tubig ang bocconcini ng likidong pinasok nito. Sa isang mixing bowl, ilagay ang zucchini, 3 kutsarang extra virgin olive oil, thyme, oregano, durog na pulang chili flakes, at asin at paminta. Magtabi ng hindi bababa sa 1 oras.

Ilagay ang mga hiwa ng zucchini sa grill at lutuin hanggang malambot ngunit hindi talaga malambot. Alisin sa grill at ilagay sa medium bowl. Magdagdag ng lemon zest, buong chives, mga piraso ng plum tomato, suka at tinadtad na perehil. Ihagis nang dahan-dahan upang mabalot ang zucchini at hatiin sa 4 na plato. Maglagay ng 3 bocconcini sa ibabaw ng bawat tumpok ng zucchini at itabi. Isalansan ang lahat ng prosciutto nang direkta sa ibabaw ng isa't isa at gupitin ang hiwa sa matchstick julienne. Budburan ang mozzarella at zucchini at ihain kaagad.

PIZZA

78. Proscuitto at arugula pizza

MGA INGREDIENTS:
- 1 pound pizza dough, sa temperatura ng kuwarto, hinati
- 2 kutsarang langis ng oliba
- 1/2 tasa ng tomato sauce
- 1 1/2 tasa ginutay-gutay na mozzarella cheese (6 onsa)
- 8 manipis na hiwa ng prosciutto
- Ilang malaking dakot ng arugula

MGA TAGUBILIN:

a) Kung mayroon kang pizza stone, ilagay ito sa isang rack sa gitna ng oven. Painitin ang oven sa 550°F (o pinakamataas na temperatura ng oven) nang hindi bababa sa 30 minuto.

b) Kung ililipat ang pizza sa isang bato sa oven, tipunin sa isang well-floured peel o cutting board. Kung hindi, mag-assemble sa ibabaw na lulutuin mo (parchment paper, baking sheet, atbp.). Paggawa gamit ang isang piraso ng kuwarta nang paisa-isa, igulong o iunat ito sa 10 hanggang 12 pulgadang bilog.

c) I-brush ang mga gilid ng kuwarta na may 1 kutsarang langis ng oliba. Ikalat ang kalahati ng tomato sauce sa natitirang bahagi ng kuwarta.

d) Budburan ng humigit-kumulang 1/4 ng keso. Maglagay ng 4 na hiwa ng prosciutto upang pantay-pantay ang mga ito sa masa. Budburan ng isa pang 1/4 ng keso.

e) Ihurno ang pizza hanggang sa bahagyang browned ang mga gilid at ang keso ay bubbly at browned sa mga spot, mga 6 na minuto sa 550°F.

f) Alisin mula sa oven papunta sa cutting board, ikalat ang kalahati ng arugula sa ibabaw, at i-cut at ihain kaagad.

g) Ulitin sa natitirang kuwarta at mga toppings.

79. Four Seasons Pizza/Quattro Stagioni

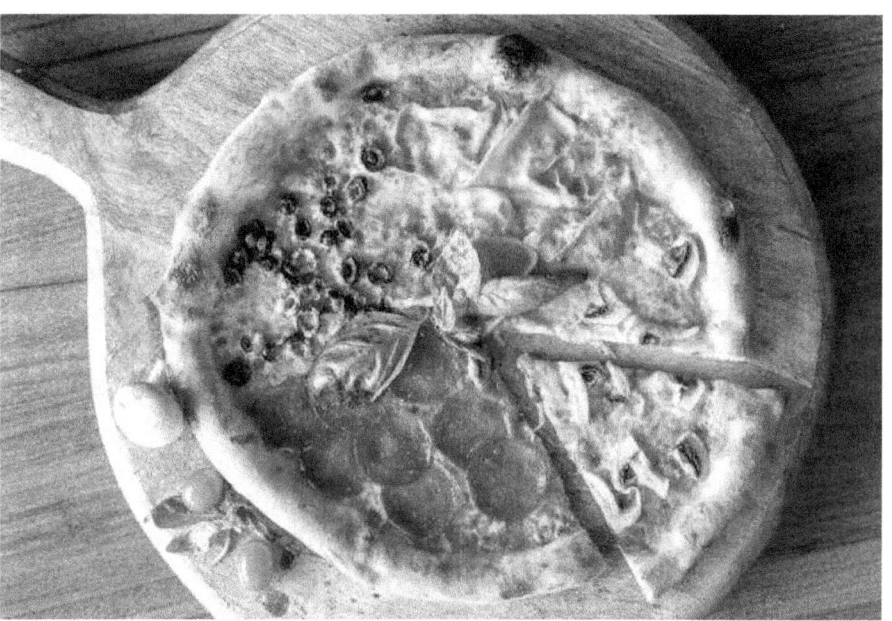

Ginagawa: 1 Malaking Pizza

MGA INGREDIENTS:
- 1 recipe para sa Traditional Italian basic Dough
- Mozzarella, 6 na onsa, Hiniwa
- Prosciutto, 3 onsa, Hiniwa
- Shiitake mushroom, Isang tasa, Hiniwa
- Mga olibo, ½ tasa, hiniwa
- Pizza Sauce, Kalahating tasa
- Naka-quartered artichoke hearts, Isang tasa
- Grated Parmigiana, 2 onsa

MGA TAGUBILIN:
a) Hugis ang kuwarta sa isang bilog na 14-pulgada. Gawin ito sa pamamagitan ng paghawak sa mga gilid at maingat na pag-ikot at pag-unat ng kuwarta.
b) Dot the dough na may pizza sauce.
c) Ipamahagi nang pantay-pantay ang mga hiwa ng mozzarella sa itaas.
d) Mamaya ang artichoke hearts, prosciutto, mushroom, at olives sa apat na quarter ng pizza.
e) Ikalat ang gadgad na Parmigiana sa itaas.
f) Mag-ihaw/Maghurno ng 18 minuto.

80. <u>New Orleans Style Pizza</u>

Ginagawa: 1 Malaking Pizza

MGA INGREDIENTS:
- 1 pizza crust
- Bawang, 2 cloves, tinadtad
- Pitted black olives, 8
- Grated Parmesan cheese, 2 onsa
- Pitted green olives, 8
- Hiniwang prosciutto, 4 na onsa
- Sibuyas, 2 kutsara, tinadtad
- Pinatuyong oregano, kalahating kutsarita
- Tinadtad na sariwang basil, 6 na dahon
- Salami, 2 onsa, hiniwa
- Mozzarella cheese, Dalawang onsa
- Tinadtad na kintsay, 2 kutsara
- Sariwang perehil, Isang kutsara, Tinadtad
- Langis ng oliba, 2 kutsara
- Asin at Bitak na itim na paminta
- Langis ng oliba, Isang kutsara
- Bawang pulbos, ½ kutsarita
- Provolone cheese, Dalawang onsa
- Hiniwang mortadella, Dalawang onsa

MGA TAGUBILIN:
a) Haluin ang lahat ng sangkap, maliban sa keso.
b) Itaas ang pizza na may pinaghalong.
c) Maghurno ng humigit-kumulang 5 minuto sa 500 degrees F.
d) Lagyan ng keso sa ibabaw at iprito ng humigit-kumulang 5 minuto. Hiwain at ihain.

81. Artichoke at Prosciutto Pita Pizza

Ginagawa: 4 na pizza

MGA INGREDIENTS:
- Tinadtad na mga puso ng artichoke
- Pulang sibuyas, hiniwa
- Tinadtad na mozzarella cheese, Isang tasa
- Sariwang basil, para sa dekorasyon
- Prosciutto
- Roasted Red Pepper Sauce, Isang tasa
- Parmesan cheese, Kalahating tasa, Grated
- Inihaw na pulang paminta

MGA TAGUBILIN:
a) Painitin ang oven sa 450 degrees Fahrenheit.
b) Banayad na i-brush ang bawat pita na may langis ng oliba sa magkabilang panig.
c) Lagyan ng red pepper sauce at ginutay-gutay na mozzarella sa ibabaw ng bawat pita.
d) Ibabaw na may asin, Parmesan, at mas pinong tinadtad na mga toppings.
e) Maghurno ng 5 minuto, at ihain na pinalamutian ng sariwang basil.

a) **Prosciutto at Arugula Pizza**

Ginagawa: 1 Malaking Pizza

MGA INGREDIENTS:
- 1 recipe para sa Traditional Italian basic Dough
- Prosciutto, 2 onsa
- Pizza Sauce, isang quarter ng isang tasa
- Balsamic vinegar, Isang kutsara
- Mozzarella, 3 onsa, Hiniwa
- Mga dahon ng arugula, Kalahating tasa

MGA TAGUBILIN:
a) Hugis ang kuwarta sa isang bilog na 14-pulgada. Gawin ito sa pamamagitan ng paghawak sa mga gilid at maingat na pag-ikot at pag-unat ng kuwarta.
b) Ikalat ang sarsa ng pizza nang pantay-pantay sa masa.
c) Ihanay ang mga hiwa ng mozzarella nang pantay-pantay sa pizza.
d) Takpan ang pizza gamit ang mga dahon ng arugula at tapusin ang mga piraso ng prosciutto.
e) Mag-ihaw/maghurno ng 15 minuto.
f) Palamigin, at pagkatapos ay lagyan ng balsamic vinegar bago hiwain.

82. Mag-ani ng butternut squash at apple pizza

Gumagawa: 4

MGA INGREDIENTS:

- 1 kutsarang extra-virgin olive oil, at higit pa para sa pagpapadulas
- 2 shallots, hiniwa ng manipis
- ½ pound na Walang-masahin na Tinapay at Pizza Dough
- 2 kutsarang mantikilya ng mansanas
- 1 honeycrisp na mansanas, hiniwa ng manipis
- 1 tasang ginutay-gutay na mozzarella cheese
- ½ tasang ginutay-gutay na matalim na cheddar cheese
- ½ maliit na butternut squash, inahit sa mga ribbon gamit ang isang vegetable peeler
- 8 sariwang dahon ng sambong
- 3 onsa ng manipis na hiniwang prosciutto, pinunit
- Kosher na asin at sariwang giniling na paminta
- Durog na pulang paminta flakes
- 2 onsa ng asul na keso, gumuho (opsyonal)
- Honey, para sa pag-ambon
- Mga sariwang dahon ng thyme, para sa paghahatid

MGA TAGUBILIN:

a) Painitin muna ang oven sa 450°F. Magpahid ng baking sheet.

b) Init ang 1 kutsara ng langis ng oliba sa isang katamtamang kawali sa mataas na apoy. Kapag ang mantika ay kumikinang, idagdag ang mga shallots at lutuin hanggang mabango, 2 hanggang 3 minuto. Alisin ang kawali mula sa init.

c) Sa ibabaw ng trabaho na may bahagyang floured, igulong ang kuwarta sa ¼-inch na kapal. Maingat na ilipat ang kuwarta sa inihandang baking sheet.

d) Ikalat ang mantikilya ng mansanas sa ibabaw ng kuwarta, na nag-iiwan ng 1-pulgadang hangganan. Idagdag ang ginisang shallots at ang mga hiwa ng mansanas.

e) Layer sa mozzarella at cheddar, pagkatapos ay itaas ang butternut squash, sage, at prosciutto. Timplahan ang pizza ng isang pakurot ng asin, paminta, at mga red pepper flakes, at budburan ang asul na keso (kung ginagamit) sa ibabaw.

f) Maghurno hanggang ang crust ay ginintuang at ang keso ay natunaw, 10 hanggang 15 minuto. Budburan ng pulot at budburan ng thyme para matapos. Hiwain at ihain.

83. Micro Leaves Pesto at Arugula Pizza

Gumagawa: 6

MGA INGREDIENTS:
- 1 masa ng pizza
- 6 Kutsarang Micro-arugula at lemon pesto
- 1 tasang Mozzarella
- 1 tasang cherry tomatoes
- 4 onsa Prosciutto
- 1 tasang Lemon Microgreens
- Itim na paminta

MGA TAGUBILIN:
a) Ilabas ang kuwarta sa isang mahusay na harina na ibabaw.
b) Budburan ng kaunting harina at hatiin sa 2 piraso.
c) Pagulungin sa 2 bola at pagkatapos, iunat ang kuwarta.
d) Florin ang iyong mga daliri, at pagkatapos ay hubugin ang kuwarta sa mga pabilog na hugis.
e) Magdagdag ng micro-arugula at lemon pesto, ilang sariwang mozzarella, ilang hiwa ng sariwang cherry tomatoes, prosciutto, at sariwang paminta, kung gusto mo.
f) I-bake ang pizza sa isang preheated oven sa pinakamataas na temperatura, mga 500 °F sa loob ng 10-15 minuto hanggang ang mga toppings ay magmukhang inihaw at maluto at ang crust ay ginintuang.

84. Inihaw na damong pizza na may prosciutto

Gumagawa: 4 Servings

MGA INGREDIENTS:
- ¼ tasa tinadtad na sariwang perehil
- 2 kutsarang tinadtad na sariwang oregano
- 1 libra na masa ng pizza
- cornmeal
- 2 kutsarang langis ng oliba
- 2½ tasa na ginutay-gutay na Fontina cheese (1/2 pound)
- ⅔ tasa ng tomato sauce
- ¼ tasa tinadtad na sariwang basil
- 6 Manipis na hiwa ng prosciutto o ham, tinadtad nang magaspang

Sa ibabaw ng bahagyang floured, masahin ang perehil at oregano sa kuwarta hanggang sa pantay na ibinahagi. Gupitin sa kalahati at bumuo ng mga bola; takpan at hayaang magpahinga ng 15 minuto. Pagulungin nang manipis ang bawat bola upang makagawa ng 12 pulgadang bilog.

Ilagay ang bawat pizza round sa cornmeal-dusted pizza pan; magsipilyo ng kaunting mantika. Ikalat ang keso nang pantay-pantay sa ibabaw; kutsarang tomato sauce sa ibabaw ng keso. Ibuhos ang natitirang langis.

Ilagay sa 500ØF oven o sa sakop na greased grill sa medium-high heat; lutuin ng humigit-kumulang 12 minuto o hanggang sa malutong ang crust at matunaw at mabula ang keso. Ikalat ang basil at prosciutto sa ibabaw.

85. Fig-and-prosciutto pizza

Gumagawa: 1 servings

MGA INGREDIENTS:
- 2 Rounds Figs Pizza Dough
- cornmeal; para sa pagwiwisik
- 2 kutsarita ng langis ng oliba
- ½ kutsarita ng tinadtad na bawang
- 2 Kurot ng magaspang na asin
- 2 Pakurot ang sariwang giniling na itim na paminta
- 1 kutsarita tinadtad na sariwang dahon ng rosemary
- ½ tasa ng Fig Jam;
- 4 ounces Gorgonzola cheese; gumuho sa
- Mga pirasong kasing laki ng gisantes
- 3 ounces Pinong hiniwang prosciutto
- 1 Scallion; hiniwa ng manipis Pahaba

Isang oras bago ang pagluluto, maglagay ng baking stone sa oven, at init sa 500 degrees.

I-roll out ang isang pizza dough nang manipis hangga't maaari. Ilagay ito sa balat ng pizza na binudburan ng cornmeal. Takpan ang ibabaw ng 1 kutsarita ng langis, ¼ kutsarita ng tinadtad na bawang, 1 kurot bawat asin at paminta, at ½ kutsarita na tinadtad na rosemary. Siguraduhing mag-iwan ng walang takip, 1-pulgada ang lapad na panlabas na labi sa buong paligid. Maglagay nang pantay-pantay ng ¼ cup fig jam at 2 ounces Gorgonzola cheese sa pizza. Itaas ang kalahati ng prosciutto.

Bahagyang kalugin ang sagwan, at i-slide ang pizza sa baking stone. Maghurno hanggang mag-brown, mga 6 hanggang 7 minuto. Ilipat sa isang matibay na ibabaw at gupitin sa mga hiwa. Ihain kaagad, pinalamutian ng kalahati ng hiniwang scallion.

Ulitin sa natitirang kuwarta.

86. Tuna pizza na may caponata at prosciutto

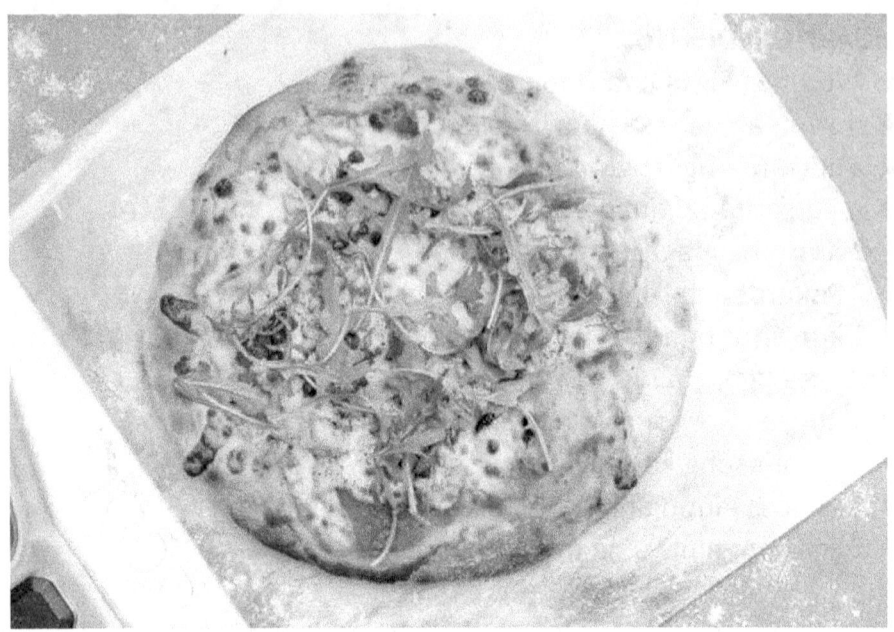

Gumagawa: 4 Servings

MGA INGREDIENTS:
1 12-inch Italian bread shell para sa pizza
1 kutsarita ng langis ng oliba
1 lata (7 1/2 oz.) caponata
1 lata (6 oz.) puting tuna; pinatuyo at pinutol
8 hiwa (1 oz.) prosciutto
2 plum kamatis; hiniwa 1/4, hanggang 3
1 tasang durog na feta cheese
1 tasang hinimay na mozzarella cheese
Dinurog na pulang paminta

1. Ilagay ang shell ng tinapay sa baking sheet na may foil; brush sa gilid na may langis.
2. Ikalat ang caponata sa loob ng 1 pulgada ng gilid.
3. Ibabaw sa tuna, prosciutto, kamatis, feta at mozzarella cheese.
4. Maghurno sa 450-degree F oven 10 hanggang 12 minuto o hanggang sa matunaw ang mga keso at uminit ang pizza. Palamigin ng 1 minuto bago hiwain. Ihain na may durog na pulang paminta, kung ninanais.

87. **Prosciutto-kamatis na pizza**

Gumagawa: 12 servings

MGA INGREDIENTS:
- 1 lata Tomato sauce; (8 onsa)
- 1 kutsarita Italian seasoning
- 1 sibuyas na bawang; pinong tinadtad
- 3 tasang ginutay-gutay na mozzarella o fontina na Keso; (12 onsa)
- 1 maliit na sibuyas; hiniwa ng manipis at pinaghiwa-hiwalay sa mga singsing
- ¼ tasa Grated parmesan cheese
- 2 kutsara Tinadtad na sariwa o
- 2 kutsarita ng pinatuyong dahon ng basil
- ½ libra ng Prosciutto
- 2 malalaking Plum tomatoes

CRUST
- 1 pack Active dry yeast
- 1 tasa ng maligamgam na tubig; (105 hanggang 115f)
- 2½ tasang All-purpose na harina
- 2 kutsarang Olive o vegetable oil
- 1 kutsarita ng Asukal
- 1 kutsarita ng Asin

Ilagay ang oven rack sa pinakamababang posisyon. Magpahid ng 2 cookie sheet o 12-pulgadang pizza pan. Painitin ang hurno sa 425F. Maghanda ng Crust. Paghaluin ang tomato sauce, Italian seasoning at bawang. Gupitin ang prosciutto o ganap na lutong pinausukang ham sa julienne strips (2 X ¼ X ⅛ pulgada). Hatiin ang kuwarta sa kalahati. I-tap ang bawat kalahati sa 11-pulgadang bilog sa cookie sheet gamit ang mga daliri na may harina. Itaas ang pinaghalong tomato sauce, sibuyas at Fontina cheese. Budburan ng basil, prosciutto at plum tomatoes (coarsely chopped). Itaas ang Parmesan cheese.

Maghurno ng isang pizza nang paisa-isa sa loob ng 15 hanggang 20 minuto o hanggang sa maging golden brown ang crust.

DESSERT

88. Buttery croissant strata na may prosciutto

Gumagawa: 8

MGA INGREDIENTS:
- 3 kutsarang inasnan na mantikilya, hiniwa nang manipis, at higit pa para sa paglalaman
- 6 na croissant, halos napunit sa ikatlong bahagi
- 8 malalaking itlog
- 3 tasang buong gatas
- 1 kutsarang Dijon mustard
- 1 kutsarang tinadtad na sariwang sambong
- ¼ kutsarita ng sariwang gadgad na nutmeg
- Kosher na asin at sariwang giniling na paminta
- 12 ounces frozen spinach, lasaw at pinisil tuyo
- 1½ tasang ginutay-gutay na Gouda cheese
- 1½ tasang ginutay-gutay na Gruyère cheese
- 3 onsa ng manipis na hiniwang prosciutto, pinunit

MGA TAGUBILIN:

a) Painitin muna ang oven sa 350°F. Magpahid ng 9 × 13-pulgadang baking dish.

b) Ayusin ang mga croissant sa ilalim ng baking dish at takpan ang mga ito ng hiniwang mantikilya. Maghurno hanggang sa bahagyang toasted, 5 hanggang 8 minuto. Alisin at hayaang lumamig sa kawali hanggang sa hindi na mainit sa pagpindot, mga 10 minuto.

c) Sa isang medium na mangkok, haluin ang mga itlog, gatas, mustasa, sambong, nutmeg, at isang kurot ng asin at paminta. Ihalo ang spinach at ¾ cup ng bawat keso. Maingat na ibuhos ang pinaghalong sa ibabaw ng mga toasted croissant, ipamahagi ito nang pantay-pantay. Itaas ang natitirang keso at idagdag ang prosciutto upang matapos. Takpan at palamigin nang hindi bababa sa 30 minuto o magdamag.

d) Kapag handa nang maghurno, alisin ang strata mula sa refrigerator at painitin ang oven sa 350°F.

e) Maghurno hanggang sa maitakda ang gitna ng strata, mga 45 minuto. Kung ang mga croissant ay nagsimulang mag-brown bago matapos ang strata sa pagluluto, takpan ang mga ito ng foil at ipagpatuloy ang pagluluto.

f) Alisin ang strata mula sa oven at hayaang lumamig ng 5 minuto bago ihain.

89. Balsamic peach at brie tart

Gumagawa: 6

MGA INGREDIENTS:

- 1 sheet frozen puff pastry, lasaw
- ⅓ tasa ng Lemon Basil Pesto
- 1 (8-onsa) na gulong Brie cheese, balat at hiniwa
- 2 hinog na mga milokoton, hiniwa nang manipis
- Extra-virgin olive oil
- Kosher na asin at sariwang giniling na paminta
- 3 onsa ng manipis na hiniwang prosciutto, pinunit
- ¼ tasa ng balsamic vinegar
- 2 hanggang 3 kutsarang pulot
- Mga sariwang dahon ng basil, para sa paghahatid

MGA TAGUBILIN:

90. Painitin muna ang oven sa 425°F. Lagyan ng parchment paper ang isang rimmed baking sheet.

91. Dahan-dahang igulong ang puff pastry sa isang malinis na ibabaw ng trabaho hanggang sa 1/8-pulgada ang kapal at ilipat ito sa inihandang baking sheet. Tusukin ang pastry sa kabuuan ng isang tinidor, pagkatapos ay ikalat ang pesto nang pantay-pantay sa ibabaw ng kuwarta, na nag-iiwan ng ½-pulgadang hangganan. Ayusin ang Brie at mga peach sa ibabaw ng pesto at bahagyang ibuhos ng langis ng oliba. Timplahan ng asin at paminta at itaas ang prosciutto. Budburan ng paminta ang mga gilid ng kuwarta.

92. Maghurno hanggang ang pastry ay ginintuang at ang prosciutto ay malutong, 25 hanggang 30 minuto.

93. Samantala, sa isang maliit na mangkok, haluin ang suka at pulot.

94. Alisin ang tart mula sa hurno, itaas na may mga dahon ng basil, at ibuhos ang pinaghalong pulot. Gupitin sa mga piraso at ihain nang mainit.

64. Carnivore Cake

Gumagawa: 6

MGA INGREDIENTS:
Braunschweiger
- ¼ pound na balikat ng baboy o dila ng baka, gupitin sa mga cube
- 10 onsa ng baboy o atay ng baka, gupitin sa mga cube
- 2 hard-boiled na itlog, binalatan
- 6 ounces na taba ng likod ng baboy, gupitin sa mga cube
- 1 ½ kutsarita ng pink na sea salt

Para sa topping
- 6 na hiwa ng prosciutto o Carpaccio
- 6 na hiwa ng bacon

MGA TAGUBILIN:
a) Gawin ang ulam na ito 1 hanggang 2 araw bago kumain.
b) Magdagdag ng atay ng baboy, balikat, at fat cube sa food processor at iproseso nang mabuti.
c) Ibuhos ito sa isang spring form pan. Takpan ang kawali na may foil upang ang tubig ay hindi pumasok sa kawali. Siguraduhin na ito ay mahigpit na nakabalot.
d) Kumuha ng litson, mas malaki kaysa sa spring form pan at ibuhos ang isang pulgada ng tubig na kumukulo sa ilalim ng kawali.
e) Ilagay ang spring form pan sa roasting pan.
f) Ilagay ang roasting pan kasama ang spring form pan sa oven sa loob ng mga 2 oras. Siguraduhin na ang iyong oven ay nagpainit sa 300° F bago ilagay ang litson sa oven.
g) Kunin ang spring form pan mula sa oven. Gumawa ng 2 balon sa kawali, sapat na malaki para magkasya ang isang itlog. Maglagay ng pinakuluang itlog sa bawat balon. Takpan ang mga itlog ng isang kutsarang karne.
h) Palamig at ilagay sa refrigerator sa loob ng 1 - 2 araw.
i) Ilagay ang mga hiwa ng prosciutto at bacon sa itaas. maglingkod.

95. Sibuyas at prosciutto tart

Gumagawa: 8 Servings

MGA INGREDIENTS:
- ½ libra Puff pastry
- 4 malalaking sibuyas; tinadtad
- 3 ounces Prosciutto; diced
- ½ kutsarita ng Thyme
- ½ kutsarita ng Rosemary
- 2 kutsarang langis ng oliba
- 12 malalaking itim na olibo sa mantika; pitted
- Bagong giniling na itim na paminta
- Asin kung kinakailangan
- 1 Itlog

Magluto ng mga sibuyas sa mantika na may mga halamang gamot hanggang sa maging transparent ang mga sibuyas. Magdagdag ng prosciutto at magluto ng 3 minuto. Timplahan ng paminta at suriin ang asin. Chill. Igulong ang kuwarta sa isang parihaba na 11" by 9. Gupitin ang 4 na piraso ng kuwarta upang gawin ang mga hangganan at pindutin ang mga ito sa mga gilid ng parihaba. Ilipat sa cookie sheet at baste ang mga gilid ng pinalo na itlog. Palamigin ng ½ oras. Painitin ang oven hanggang 425 Ikalat ang pinaghalong sibuyas sa inihandang kuwarta. Maghurno ng 30 minuto. Bawasan ang init hanggang 300, palamutihan ang tart na may hiniwang olibo at ipagpatuloy ang pagluluto ng isa pang 15 minuto.

96. Prosciutto olive tomato bread

Gumagawa ng: 1 Servings

MGA INGREDIENTS:
- 1 lb na tinapay, 1 1/2 lb na tinapay
- 1 tasang tubig
- 2 kutsarang langis ng gulay
- ⅓ tasang hinog na kamatis
- ⅓ cup olives, pitted Alfonse o iba pang wine-cured olives
- ⅓ tasa ng prosciutto, ginutay-gutay
- 2 kutsarita ng asukal
- ½ kutsarita ng sambong
- 1 kutsarita ng asin
- ⅓ tasa ng harina ng rye
- 1½ tasa ng buong-trigo na harina
- 1½ tasa ng harina ng tinapay
- 1½ kutsarita ng lebadura

Maghurno ayon sa tagubilin ng tagagawa.

97. Prosciutto-orange na popovers

Gumagawa: 6 Servings

MGA INGREDIENTS:
- 1 tasang harina
- ¼ kutsarita ng Asin
- 1 tasang Gatas
- 2 itlog; pinalo ng mahina
- 1 kutsarang tinunaw na margarin
- 2 hiwa ng Prosciutto; pinutol ng sobrang taba; pinong tinadtad
- 1 malaking Orange; pinong gadgad na balat ng

a) Ilagay ang kawali sa oven at painitin sa 450 degrees. Alisin ang kawali mula sa oven sa sandaling ito ay mainit.

b) Pagsamahin ang harina at asin. Ihalo ang gatas, itlog at tinunaw na margarine hanggang sa makinis ang timpla. Huwag mag-overbeat. Haluin ang prosciutto at orange peel.

c) Ilagay ang batter sa mainit na kawali at maghurno sa preheated oven 15 minuto. I-on ang init sa 350 degrees at ipagpatuloy ang paghurno ng 15-20 minuto, hanggang sa puffed at browned. Huwag kailanman buksan ang pinto ng oven sa oras ng pagluluto dahil ang mga popover ay deflate.

d) Alisin mula sa oven at magpatakbo ng kutsilyo sa paligid ng bawat popover.

e) Alisin mula sa kawali at itusok ang bawat isa gamit ang kutsilyo.

98. Candied Prosciutto

MGA INGREDIENTS:
- 3 tasang asukal
- 1 1/2 tasa ng mga hiwa ng Prosciutto di Parma, tinadtad

MGA TAGUBILIN:

a) Dahan-dahang matunaw ang asukal sa isang medium-size na kasirola, magdagdag ng prosciutto at ihalo sa loob ng 3 minuto.

b) Ikalat ang timpla sa isang sheet pan na may wax o parchment paper dito.

c) Hayaang lumamig at masira para gumuho.

99. Mozzarella at prosciutto potato cake

Gumagawa: 6

MGA INGREDIENTS:
- Mozzarella at prosciutto potato cake
- 1/2 tasa (35g) sariwang breadcrumbs
- 900 gramo ng patatas, binalatan
- 1/2 tasa (125ml) mainit na gatas
- 60 gramo ng mantikilya, gupitin sa mga cube
- 2/3 tasa (50g) gadgad na parmesan
- 2 itlog
- 1 pula ng itlog
- 1 tasa (100g) gadgad na mozzarella
- 100 gramo ng prosciutto, diced
- baby rocket, para pagsilbihan

MGA TAGUBILIN:
a) Painitin muna ang oven sa sobrang init, 200°C (180°C na pinipilit ng fan).
b) Grasa ang isang 20cm springform pan na may mantikilya; iwisik ang base ng isang-katlo ng mga breadcrumb.
c) Magluto ng patatas sa isang kasirola ng kumukulong inasnan na tubig 15 minuto, hanggang malambot. alisan ng tubig; bumalik sa kawali ng 1 minuto, hanggang sa matuyo.
d) Mash patatas, pagdaragdag ng gatas at kalahati ng mantikilya. Gumalaw sa parmesan, itlog at pula ng itlog; season.
e) Ikalat ang inihandang kawali na may kalahati ng pinaghalong patatas. Takpan ng mozzarella at prosciutto; itaas na may natitirang timpla ng patatas. Dot na may natitirang mantikilya; budburan ng natitirang breadcrumbs.
f) Maghurno ng 30 minuto, hanggang sa ginintuang at mainit-init; tumayo ng cake ng 10 minuto. Hiwain at ihain gamit ang rocket.

100. Green Pea Panna Cotta With Prosciutto

Gumagawa: 8-10 servings

MGA INGREDIENTS
GREEN PEA PANNA COTTA:
- Cooking spray ng canola o iba pang neutral na langis
- 1 tbsp. agar agar flakes
- 1 maliit na tangkay ng kintsay, gupitin
- 2" sprig ng sariwang rosemary
- 1 dahon ng bay
- 1/2 tsp. buong black peppercorns
- 1/4 tsp. buong allspice berries
- 2 sprigs flat-leaf Italian parsley
- Table salt, sa panlasa
- 2 tasang berdeng gisantes
- 1/4 c. mabigat na cream
- 2 kutsarang brie cheese
- Cayenne pepper, sa panlasa
- Pepper, sa panlasa
- Micro greens o celery greens, para sa dekorasyon

PROSCIUTTO CHIPS:
- 4 manipis na hiwa Prosciutto de Parma

GREEN PEA PANNA COTTA:
a) Painitin muna ang oven sa 400º F na may rack sa gitna. Lagyan ng foil ang isang rimmed baking sheet. Bahagyang balutin ang mga tasa ng 12-cup mini muffin tin na may spray sa pagluluto, at itabi.

b) Pagsamahin ang 1-3/4 tasa ng tubig, agar agar, celery, rosemary, bay leaf, peppercorns, allspice berries, parsley, at 1/4 kutsarita ng table salt sa isang maliit na kasirola. Pakuluan sa mataas na apoy, paminsan-minsan i-scrape ang ilalim ng kawali, pagkatapos ay bawasan ang init sa mababang. Ipagpatuloy ang pag-scrape sa ilalim ng kawali paminsan-minsan, dahil ang agar agar ay gustong tumira, hanggang sa ito ay lumitaw na matunaw, mga 6-8 minuto.

c) Magdagdag ng mga gisantes sa isang blender at katas. Salain ang sabaw ng agar agar sa pamamagitan ng isang fine-mesh strainer sa blender. Magdagdag ng mabibigat na cream, brie, isang kurot o dalawa ng cayenne, at karagdagang tubig upang dalhin ang volume sa itaas lamang ng 2 tasa.

d) Haluin hanggang makinis, kuskusin ang mga gilid ng blender kung kinakailangan. Tikman at ayusin ang pampalasa na may asin, puting paminta, at karagdagang cayenne kung ninanais, ihalo sandali upang ganap na maisama. Ipamahagi nang pantay-pantay ang timpla sa 12 inihandang muffin cup.

e) I-tap ang pan ng ilang beses upang ayusin at tumulong na alisin ang anumang mga bula ng hangin na maaaring nabuo. Magtabi ng halos isang oras para matuyo ang agar agar.

f) Sa oras ng paghahatid, magpatakbo ng manipis na kutsilyo sa gilid ng panna cotta, pagkatapos ay ilabas ang bawat isa.

PROSCIUTTO CHIPS:

g) Painitin muna ang oven sa 250° F.

h) Gamit ang isang 1-pulgadang bilog na pamutol, gupitin ang mga bilog ng prosciutto. Ilagay sa isang sheet pan na may parchment paper at maghurno ng 10-15 minuto hanggang malutong. Ireserba para sa palamuti.

ASSEMBLY:

i) Ilagay ang panna cotta sa isang tray.

j) Maglagay ng prosciutto disc sa aioli.

k) Palamutihan ng micro greens o celery greens.

KONGKLUSYON

Umaasa kami na ang Libro ng recipe na ito ay nagbigay inspirasyon sa iyo na sumubok ng mga bago at malikhaing paraan ng paggamit ng prosciutto sa iyong pagluluto. Kung ikaw ay nakakaaliw ng mga bisita, nagpapakain sa iyong pamilya, o nagpapakasawa lang sa iyong pag-ibig sa Italian cuisine, ang mga recipe na ito ay siguradong magpapasaya sa iyong panlasa at magbibigay sa iyo ng kasiyahan. Huwag matakot na mag-eksperimento sa iba't ibang lasa, sangkap, at diskarte sa pagluluto - iyon ang kagandahan ng pagluluto gamit ang prosciutto! At may 100 recipe na mapagpipilian, hindi ka mauubusan ng masasarap na ideya. Salamat sa pagsama sa amin sa culinary journey na ito, at binabati ka namin ng masaya sa pagluluto!

www.ingramcontent.com/pod-product-compliance
Lightning Source LLC
Chambersburg PA
CBHW070402120526
44590CB00014B/1226